കൊച്ചു കൊച്ചു ഭൂകമ്പങ്ങൾ

(ഓർമ്മക്കുറിപ്പ്)

ആൻ മേരി

VAYANAPPURA

KOCHU KOCHU BHOOKAMBANGAL

(Malayalam Memoirs)
by **Anne Mary**

Vayanappura Publications, Ernakulam
First published : October 2021
Cover Setting : C V Harindran
Cover Picture: Sudhi Anna
Illustrations: Kurian Jacob
Page Layout : Siva S Nair
Published by: Vayanappura Publications
Anathanam Studios, Old Railway Station
Cross Road, Ernakulam
Pin: 682018
Mob: 9074188300
e-mail: vayanappuraeditorial@gmail.com
web address: www.vayanappurabooks.com

ISBN: 9789390999408

ആൻ മേരി

പാട്ടുത്സവത്തിന്റെയും ലോകപ്രശസ്തമായ തേക്കുമരങ്ങളുടെയും നാടായ നിലമ്പൂരിൽ, അകമ്പാടം ഇടക്കാട്ടിൽ ദേവസ്യയുടെയും റോസമ്മയുടെയും മകളായി 1976 മെയ് 2ന് ജനിച്ചു. ഇരഞ്ഞിമങ്ങാട് ഗവണ്മെന്റ് ഹൈസ്കൂൾ, മമ്പാട് എം. ഇ. എസ്. കോളേജ്, പാലേമാട് വിവേകാനന്ദ കോളേജ് എന്നിവിടങ്ങളിൽ വിദ്യാഭ്യാസം. ഇംഗ്ലീഷ് സാഹിത്യത്തിൽ ബിരുദാനന്തര ബിരുദവും ബി. എഡും കരസ്ഥമാക്കി. ഇംഗ്ലീഷിലും മലയാളത്തിലും എഴുതുന്നു. നീർമാതളം എന്ന കവിതാസമാഹാരം പ്രസിദ്ധീകരിച്ചിട്ടുണ്ട്. കൂടാതെ, പതിനഞ്ചോളം ആംഗലേയ കാവ്യസമാഹാരങ്ങളിൽ രചനകൾ പ്രസിദ്ധീകൃതമായി. ഇന്ത്യയുടെ വടക്കുകിഴക്കൻ സംസ്ഥാനമായ അരുണാചൽപ്രദേശിൽ അദ്ധ്യാപികയായി സേവനമനുഷ്ഠിക്കുന്നു. വർഷങ്ങളായി അരുണാചലിൽ കുടുംബത്തോടൊപ്പം വസിച്ചു വരുന്നു. അദ്ധ്യാപകനായ താഴത്തേടത്ത് ബിജുവിന്റെ ഭാര്യയാണ്.
മക്കൾ - ഡോണ, ഡൈന, തോമസ്.

e-mail- anne90728@gmail.com

ആമുഖം

മാനംകാണാമയിൽപ്പീലിത്തുണ്ടുകളായി മനസ്സിന്റെ പുസ്തകത്താളുകളിൽ ഒളിച്ചിരുന്ന ഓർമ്മച്ചിന്തുകളെ ചികഞ്ഞെടുക്കാനൊരുമ്പെട്ടപ്പോൾ ഒരു ആശയക്കുഴപ്പം വന്നുപെട്ടു..!

എന്താണ് കുറിക്കേണ്ടത് ? നാട്ടോർമ്മകളോ അതോ പ്രവാസ ജീവിതമോ? ഒട്ടുനേരത്തെ ആലോചനയ്ക്കു ശേഷം മനസ്സുതന്നെ ഉത്തരവും നൽകി. ജീവിതത്തിന്റെ പാതി ഭാഗം ജന്മനാട്ടിലും മറുപാതി മറുനാട്ടിലും കഴിച്ചുകൂട്ടിയവൾക്ക് ഓർമ്മകളും പപ്പാതിയായിരിക്കുമല്ലോ.!

ജന്മനാട്ടിൽ, നിബിഡമായ വൃക്ഷത്തലപ്പുകൾക്കിടയിലൂടെ ഒളിഞ്ഞും തെളിഞ്ഞും ഞാൻ കണ്ട ആകാശവും ഉദയസൂര്യന്റെ നാട്ടിലെ വിശാലമായ നീലവാനവും ഒന്നുതന്നെയായിരുന്നു. മലനിരകൾ പാൽച്ചന്ദ്രികയിൽ നീരാടിയുറങ്ങുന്ന രാവുകളിൽ, കാതങ്ങൾക്കപ്പുറം എന്റെ പ്രിയപ്പെട്ടവർ കാണുന്നതും ഇതേ ചന്ദ്രികയാണല്ലോ എന്ന ചിന്തയിൽ ഞാൻ കുളിരണിഞ്ഞു. ഓർമ്മകൾ പലപ്പോഴും അങ്ങനെയാണ്. പടർന്നു പന്തലിച്ച ഒരു വട വൃക്ഷത്തിന്റെ കനത്ത വേരുകൾപോലെ തമ്മിൽ കലർന്നും കെട്ടുപിണഞ്ഞും അങ്ങനെ കിടക്കും. അടർത്തിയെടുക്കാനോ ഒന്ന് ഒന്നിൽനിന്ന് വേർതിരിക്കാനോ ആവാത്ത വിധം.! കാരണം, എപ്പോഴെല്ലാം ഈ കാട്ടുപാതകളിലൂടെ നടന്നുതുടങ്ങിയാലും ഒടുവിൽ മനസ്സ് ചെന്നെത്തുന്നത് ആ പഴയ നാട്ടുവഴികളിൽ തന്നെയാണ്.

അതേ, വർത്തമാനകാലത്തിൽ ജീവിക്കുമ്പോഴും ഭൂതകാലത്തിൽ വ്യാപരിക്കുന്നവളാണ് ഞാൻ..!

ഓർമ്മക്കുറിപ്പുകളുടെ രചനയിലാണ് എന്നറിഞ്ഞപ്പോൾ 'അതിനുള്ള പ്രായമായോ?' എന്ന് ചില മിത്രങ്ങൾ സംശയം പ്രകടിപ്പിച്ചു. ഓർമ്മകൾക്ക് പ്രായമില്ല എന്നാണ് എന്റെ പക്ഷം. കൗമാരമോ യൗവനമോ വാർദ്ധക്യമോ ആവട്ടെ, കടന്നുവന്ന വഴികളിൽ അറിയാതെ പാദമുടക്കുമ്പോൾ അടർന്നുവീഴുന്ന സ്മൃതിമുത്തുകൾ ഒരുവേള നമ്മുടെ മുഖത്തൊരു ചിരി പടർത്താറില്ലേ. അറിയാതെ മിഴികളിൽ നീർ പൊടിക്കാറില്ലേ. ഓർമ്മകളുടെ തട്ടിൻപുറത്ത് പൊടിപിടിച്ചു കിടക്കുന്ന കുന്നിക്കുരുമണികളെ ഇടയ്ക്കെങ്കിലും ഒന്ന് തട്ടിമിനുക്കാത്തവർ, താലോലിക്കാത്തവർ ആരുണ്ട്..?

ഭാവനയുടെ അതിപ്രസരമില്ലാതെ, അതിഭാവുകത്വത്തിന്റെ പൊടിപ്പും തൊങ്ങലുമില്ലാതെ എന്റെ ഓർമ്മക്കുരുന്നുകളെ, പ്രതീക്ഷയോടുകൂടി അനുവാചകർക്ക് മുൻപിൽ സമർപ്പിക്കുന്നു.

എനിക്കുറപ്പുണ്ട്: ഞാൻ നടന്ന മുളംകാടിനരികിലൂടെ നിങ്ങളും നടന്നിട്ടുണ്ട്. ഞാനൊളിച്ച ഇരുട്ടുമുറിയിൽ നിങ്ങളും ഒളിച്ചിട്ടുണ്ട്. ഞാനിറങ്ങിക്കടന്ന തോടുകളും ഞാൻ രുചിച്ച നാട്ടുമാങ്ങകളും നിങ്ങളുടേതും കൂടിയാണ്..!

ആദ്യ കൃതിയെ സ്നേഹത്തോടെ സ്വീകരിച്ച ഏവർക്കും നന്ദി അറിയിക്കുകയാണ്. 'നീർമാതളം' പോലെത്തന്നെ 'ഭൂകമ്പങ്ങളും' പ്രിയ വായനക്കാർക്ക് സ്വീകാര്യമാവും എന്ന് ആശിക്കുന്നു. ഓർമ്മക്കുറിപ്പുകൾ എന്ന സ്വപ്നം സാക്ഷാത്ക്കരിക്കുവാനായി ഒപ്പംനിന്ന എല്ലാ പ്രിയപ്പെട്ടവരെയും സ്നേഹത്തോടെ സ്മരിക്കുന്നു. 'വായനപ്പുര'യുടെ അമരക്കാരൻ ശ്രീ. പോൾസൺ സാറിന്റെ പ്രചോദനമാണ് ഈ പുസ്തത്തിന് ആധാരം. ഒപ്പം, മിഴിവുറ്റ അവതാരികയുമായി കുറിപ്പുകൾക്ക് ചന്തംചാർത്തിയ കേരളാസാഹിത്യവേദി പ്രസിഡന്റ് ശ്രീ. ജി.കെ.പിള്ള സാറിനും ഈ സ്മരണികയെ സ്വന്തം കുഞ്ഞിപ്പ്പോലെ നെഞ്ചിലേറ്റിയ എഴുത്തുകാരികൂടിയായ അഡ്വക്കേറ്റ് സീമാപ്രമോദിനും നിറഞ്ഞ നന്ദി. രചനയിലുണ്ടായ എന്റെ ഭാഷാപിഴവുകളെ ശ്രദ്ധാപൂർവം തിരുത്തിത്തന്നത് പാലായിൽ നിന്നുള്ള പ്രശസ്തകവിയും ഭാഷാദ്ധ്യാപകനുമായ ശ്രീ. ചാക്കോ. സി. പൊരിയത്ത് സാറാണ്. ഉച്ചരിക്കുംപോലെത്തന്നെ എഴുതാവുന്ന ഭാഷയാണ് മലയാളമെന്ന് പഠിപ്പിച്ചുതന്ന, ഭംഗിയുള്ള ഭാഷാപ്രയോ

ഗങ്ങളെ ക്ഷമയോടെ എനിക്ക് പരിചയപ്പെടുത്തിത്തന്ന ആ സന്മനസ്സിന് ഹൃദയാഴങ്ങളിൽ നിന്നുമുള്ള എന്റെ നന്ദിയും സ്നേഹവും പങ്കുവയ്ക്കുന്നു. ഒപ്പം, നിറഞ്ഞ സ്നേഹത്തോടെ കുറിച്ചുതന്ന ആശംസാസന്ദേശത്താൽ ഈ സ്മരണികയെ ധന്യമാക്കിയ പ്രശസ്ത നോവലിസ്റ്റ് ശ്രീ കെ. കെ. സുധാകരൻ സാറിനും എന്റെ ഹൃദയം തൊട്ട സ്നേഹാദരങ്ങൾ! കൂടാതെ, ചാരുതയേറിയ കോറിയിടലുകളിലൂടെ കുറിപ്പുകൾക്ക് അനുയോജ്യമായ ചിത്രങ്ങൾ രചിച്ചുതന്ന അനുഗൃഹീത കലാകാരൻ ശ്രീ കുര്യൻ ജേക്കബിനോടുമുള്ള അകമഴിഞ്ഞ കൃതജ്ഞത അറിയിക്കട്ടെ. വെറുമൊരു സമൂഹമാധ്യമ സൗഹാർദ്ദത്തിനപ്പുറം എന്റെ സ്വപ്ന സാഫല്യത്തിനായി ഒപ്പം നിന്നവർ..!

എല്ലാറ്റിലുമുപരി, കാണാത്തിടങ്ങളിലിരുന്നുകൊണ്ട് എന്നെ സ്നേഹിക്കുകയും എക്കാലവും പ്രോത്സാഹിപ്പിക്കുകയും ചെയ്യുന്ന എന്റെ മുഖപുസ്തക സുഹൃത്തുക്കളോട് ഒരു വാക്ക്. ഒരിക്കൽപ്പോലും കണ്ടിട്ടില്ലെങ്കിലും നേരിട്ട് സംസാരിച്ചിട്ടില്ലെങ്കിലും നിങ്ങൾ നൽകുന്ന പ്രോത്സാഹനമാണ് എന്റെ ഊർജ്ജം!

എഴുതാൻ പഠിപ്പിച്ചത് ജീവിതമാണെങ്കിൽ എഴുത്ത് തുടരാൻ പ്രേരിപ്പിക്കുന്നത് നിങ്ങളാണ്..

നന്ദി...നന്ദി..!

സ്നേഹപൂർവ്വം

ആൻ

അവതാരിക

ഓർമ്മയിൽ തങ്ങിനിൽക്കുന്ന ഭൂകമ്പങ്ങൾ

ജി.കെ.പിള്ള തെക്കേടത്ത്

ഇംഗ്ലീഷ് സാഹിത്യത്തിൽ ബിരുദാനന്തര ബിരുദമുള്ള ശ്രീമതി. ആൻ മേരിയുടെ രണ്ടാമത്തെ പുസ്തകമാണ് 'കൊച്ചു കൊച്ചു ഭൂകമ്പങ്ങൾ' എന്ന ഓർമ്മക്കുറിപ്പുകളുടെ ഈ സമാഹാരം. എല്ലാ മനഷ്യർക്കും ഒരു നിശ്ചിത പ്രായം കഴിയുമ്പോൾ അവരവരുടെ പോയകാലത്തേയ്ക്കൊരു തിരിഞ്ഞുനോട്ടം സാധാരണമാണ്. എന്നാൽ മിക്കവരും അത് മനസ്സിലൊളിപ്പിച്ച് അതല്ലെങ്കിൽ സ്വയം ഓർത്ത് ആസ്വദിക്കുകയാണ് പതിവ്.

പോയകാല ഓർമ്മകൾ പരസ്പരം പങ്കുവെച്ചിരുന്ന ഒരു കാലഘട്ടം നമുക്കുണ്ടായിരുന്നു. സായാഹ്നങ്ങളിൽ ക്ഷേത്രത്തിലെ ആൽത്തറകളിലും മൈതാനിയിലും പള്ളിപ്പറമ്പുകളിലും ഒഴിഞ്ഞ പറമ്പുകളിലുമൊക്കെ ഒത്തുകൂടി പരസ്പരം പങ്കുവെച്ചിരുന്ന ആ നല്ലകാലങ്ങൾ ഇന്നില്ലാതായി.

നമ്മുടെ പോയകാല ഓർമ്മകളിൽ നന്മയുടേയും വിജ്ഞാനത്തിന്റേയും രേണുക്കളുണ്ടെങ്കിൽ അത് മറ്റുള്ളവർക്കുകൂടി പകർന്ന് നൽകേണ്ടതുതന്നെയാണ്. പേരും പ്രശസ്തിയുമുള്ളവരുടെ ഓർമ്മക്കുറിപ്പുകളാണ് അച്ചടി മാധ്യമങ്ങളിലൂടെ വന്നി

ട്ടുള്ളതെങ്കിൽ ഇന്ന് ഇതര സാഹിത്യശാഖപോലെതന്നെ നിരവധി ഓർമ്മക്കുറിപ്പുകൾ പ്രസിദ്ധീകരണം ചെയ്യപ്പെടുന്നു എന്നത് സന്തോഷം നൽകുന്നുണ്ട്. വായനയുടെ മാറിവരുന്ന മറ്റൊരു തലമാണിത്. ഓരോരുത്തരുടേയും ഓർമ്മകളിൽ വ്യത്യസ്തമായ അനുഭവങ്ങൾ അടങ്ങിയിട്ടുള്ളത് പങ്കുവയ്ക്കുമ്പോൾ അതിൽനിന്ന് അനുവാചകന് പലതും പഠിക്കുവാനുണ്ടാകുന്നു.

ഓർമ്മക്കുറിപ്പുകളെ സാഹിത്യ ശാഖയിലുൾപ്പെടുത്താൻ വിമുഖത കാണിക്കുന്നതായി പലപ്പോഴും തോന്നിയിട്ടുണ്ട്. അവാർഡിന് ഗ്രന്ഥങ്ങൾ ക്ഷണിക്കപ്പെടുമ്പോൾ ഓർമ്മക്കുറിപ്പുകൾ തഴയപ്പെടുന്നില്ലേ? സഹിതസ്വഭാവമുള്ളതാണല്ലോ സാഹിത്യം. പരസ്പരാപേക്ഷയുള്ള അനേകം കാര്യങ്ങൾ ഒന്നിച്ചു ചേരുന്നതിനെയാണ് സാഹിത്യമെന്ന് പറയുന്നത്. ഭാഷാമാധ്യമമായുള്ള കലാരൂപമെന്നും സാഹിത്യത്തെ നിർവചിക്കാറുണ്ട്. അങ്ങനെ നോക്കുമ്പോൾ ഓർമ്മക്കുറിപ്പുകളും ഉത്തമ സാഹിത്യം തന്നെയാണ്.

ശ്രീമതി. ആൻ മേരിയുടെ 'കൊച്ചു കൊച്ചു ഭൂകമ്പങ്ങൾ' എന്ന ഈ സമാഹാരത്തിൽ 'ഇളവെയിൽച്ചിന്തുകളിൽ' തുടങ്ങി 'അവൾ കഥയെഴുതുകയാണ്' വരെ ഇരുപത്തിയഞ്ച് അദ്ധ്യായങ്ങളിലൂടെ തന്റെ മനസ്സിനെ, ഓർമ്മയെ ഏറെ സ്പർശിച്ച അനുഭവങ്ങൾ ഓർത്തെടുത്ത് നമ്മൾക്കായി പങ്കുവയ്ക്കുന്നു. വായിച്ചുമറന്ന പല ഓർമ്മക്കുറിപ്പുകളിൽ നിന്ന് വളരെ വ്യത്യാസം ആൻ മേരിയുടെ 'കൊച്ചു കൊച്ചു ഭൂകമ്പത്തിൽ' ദർശിക്കാനാകുന്നു. പലരുടേയും ഓർമ്മക്കുറിപ്പുകൾ തുടർച്ചയായി മുന്നോട്ടു പോകുമ്പോൾ ഇത് ഓരോ വിഷയാടിസ്ഥാനത്തിലെന്നപോലെ എഴുതിയിട്ടുള്ളത് വേറിട്ടൊരു വായനാനുഭവം തന്നെയാണെന്ന് പറയട്ടെ.

അരുണാചലിലെ അദ്ധ്യാപികയായ ഗ്രന്ഥകാരി ഓർമ്മക്കുറിപ്പുകളായി എഴുതിയിട്ടുള്ള ഈ ഇരുപത്തിയഞ്ച് അദ്ധ്യായവും ഇരുപത്തിയഞ്ച് കഥകളായി തോന്നാം! അനുഭവകഥയായി! ആ രീതിയിലുള്ള ശൈലിയിലാണ് എഴുതിയിട്ടുള്ളത്. വാക്കുകളും ഭാഷയുടെ പ്രയോഗവും ശ്രദ്ധേയമാണ്. ഓരോ അദ്ധ്യായത്തെക്കുറിച്ചും വിവരിക്കണമെന്നുണ്ടെങ്കിലും വായനക്കാർ പുസ്തകം വായിച്ചിരിക്കുകതന്നെ വേണമെന്ന ഒരു കാഴ്ചപ്പാടുള്ളതി

നാൽ അതിന് മുതിരുന്നില്ല. അരുണാചലിൽ സ്ഥിരമായി ഉണ്ടാകുന്ന ഭൂകമ്പങ്ങളുടെ ഓർമ്മ വിവരിച്ചുകൊണ്ടാണ് അദ്ധ്യായങ്ങൾ ആരംഭിക്കുന്നതുതന്നെ. പലതിലും നർമ്മം ചാലിച്ചിട്ടുള്ളതും വായനയ്ക്ക് സുഖം പകരുന്നു.

ഒരു കഥാസമാഹാരം വായിക്കുന്ന ലാഘവത്തോടെ മുഴുവൻ ഒറ്റയിരിപ്പിന് വായിച്ചുതീർക്കാൻ പര്യാപ്തമായ രീതിയിലുള്ള രചനയ്ക്ക് പ്രശംസ അർഹിക്കുന്നു. പുസ്തകത്തിനും എഴുത്തുകാരിക്കും എല്ലാവിധ ആശംസകളും നേരുകയും പുസ്തകം അനേകായിരം അനുവാചകരാൽ വായിക്കപ്പെടട്ടെ എന്നും പ്രത്യാശിക്കുന്നു.

കൊച്ചി.40
19.08.2021

പ്രസിഡന്റ്
കേരള സാഹിത്യ വേദി

ആശംസ

തോരാതെ പെയ്യുന്ന ഹർഷം

കെ കെ സുധാകരൻ

ഒഴിവുസമയം കിട്ടുമ്പോൾ പുതിയ പച്ചപ്പുകൾ തേടി ഫേസ്ബുക്കിൽ കണ്ണുകളെ മേയാൻ വിടാറുണ്ട് ഞാൻ. അങ്ങനെയാണ് ഏതാണ്ട് രണ്ടുവർഷം മുൻപ് ആൻ മേരിയുടെ ചില കവിതകളും കുറിപ്പുകളും കണ്ണിൽപ്പെടുന്നത്. അരുണാചൽപ്രദേശിലെ മനോഹരമായ ചിത്രങ്ങൾ അവയിൽ കോറിയിട്ടിരുന്നു. അതോടെ ഞാൻ ആനിന്റെ ഒരു സ്ഥിരം വായനക്കാരനായി. ഇടക്കൊക്കെ അഭിപ്രായങ്ങൾ ഇടാനും മടിച്ചില്ല.

ഇപ്പോഴിതാ ആത്മകഥാപരമായ കുറെ രചനകൾ കൊച്ചു കൊച്ചു ഭൂകമ്പങ്ങൾ എന്ന പുസ്തകത്തിൽ സമാഹരിച്ചിരിക്കുന്നു. നിലമ്പൂരിലുള്ള ഗ്രാമത്തിൽ ജനിച്ചുവളർന്ന ആൻ മേരി കഴിഞ്ഞ പതിനഞ്ചു വർഷമായി അരുണാചലിൽ ഇംഗ്ലീഷ് അദ്ധ്യാപികയായി ജോലി ചെയ്യുന്നു. മദിച്ചൊഴുകുന്ന സിയാങ് നദിയും കോടമഞ്ഞ് ഒളിച്ചുകളി നടത്തുന്ന പേരാങ് താഴ്വരയും വിദൂരതയിൽ നീലഛവി കലർന്ന കൊംസിങ് മലനിരകളും പെയ്തു തീരാത്ത മഴകളും കുറച്ചൊന്നുമല്ല ആനിന്റെ എഴുത്തിനെ പ്രചോദിപ്പിച്ചിട്ടുള്ളത്. പക്ഷേ ഈ സമാഹാരത്തിലെ ഏറിയ കൂറും കുറിപ്പുകൾ നിലമ്പൂരിലെ തന്റെ ബാല്യ കൗമാരസ്മരണകളാണ്.

ഗൃഹാതുരത നിറഞ്ഞ കുറെ ഓർമ്മകളുണ്ട് ഈ പുസ്തകത്തിൽ. നാട്ടിൻപുറത്തുള്ള രജനി ടാക്കീസിൽ ഫസ്റ്റ്ഷോ കാണാൻ വീട്ടിലുള്ളവർ കൂടാതെ അയൽപക്കത്തെ സ്ത്രീകളുമായി, കരയുമ്പോൾ കണ്ണീർ തുടയ്ക്കാൻ തൂവാലയുമായി പോകുന്ന പെൺകുട്ടിയെ ഇതിൽ നിങ്ങൾക്ക് കാണാം. കുട്ടിക്കാലത്ത് പേടി കൂടപ്പിറപ്പായിരുന്നു. വീടിനടുത്തുള്ള മാളത്തിൽ പടം പൊഴി

ച്ചിട്ട വെള്ളിക്കെട്ടനെ പേടിച്ച് ഉറങ്ങാതിരുന്ന രാത്രികൾ. ചുവന്ന പട്ടുടുത്ത് ചിലമ്പും വാളുമായി രൗദ്രഭാവത്തിൽ വന്ന വെളിച്ചപ്പാടിനെ കണ്ട് ആൾതാമസമില്ലാത്ത വീട്ടിലേക്ക് ഓടിയൊളിച്ചത്. കൂടാതെ സ്കൂളിൽ വച്ചുണ്ടായ ചില രസകരമായ അനുഭവങ്ങളും നിലമ്പൂർ പാട്ടും കോവിലകവും ഒക്കെ ഇതിലുണ്ട്. രവി മാഷിനുള്ള ഗുരു ദക്ഷിണയും.

പക്ഷേ അരുണാചലിനെ മറന്നിട്ടില്ല ആൻ. ഗോത്രവർഗ്ഗക്കാരാണ് പ്രദേശവാസികൾ എങ്കിലും പൂർണ്ണചന്ദ്രനൊത്ത വട്ടമുഖവും അനന്യമായ വെളുത്തനിറവും പട്ടുനൂലിഴകൾ പോലെ മൃദുലമായ കേശവുമുള്ള സുന്ദരന്മാരും സുന്ദരികളുമാണ് സ്കൂൾ കുട്ടികൾ. എങ്കിലും കമൽ എന്ന കുട്ടിയുടെ മരണം കണ്ണീർപ്പൂക്കളിൽ വായിക്കുമ്പോൾ നമ്മുടെ കണ്ണുകളും നിറയും.

നമ്മൾ ഇതുവരെ കണ്ടിട്ടില്ലാത്ത കാഴ്ചകളും നവ്യമായ അനുഭൂതികളും സമ്മാനിക്കുന്ന മനോഹരമായ രചനകളാണ് ഈ പുസ്തകത്തിലുള്ളത്. ആനിന്റെ മുന്നോട്ടുള്ള സഞ്ചാരത്തിന് എന്റെ ആശംസകൾ.

പ്രസാധകക്കുറിപ്പ്

ഇന്നുനനഞ്ഞ മഴയ്ക്കും ഭൂതകാലത്തിന്റെ കുളിര്! ഉദയ സൂര്യന്റെ നാട്ടിലെ വിശാലമായ ആകാശത്തിനും, ദൈവത്തിന്റെ സ്വന്തം നാട്ടിലെ ഗഗനനീലിമ! ഏതുവഴിയും ഒടുവിൽ എത്തിച്ചേരുന്നത് ഓർമ്മക്കല്ലുകൾ പാകിനിരത്തിയ നാട്ടുപാതയിലും! അതിഭാവുകത്വമോ, ഏച്ചുകെട്ടലുകളോ ഇല്ലാത്ത ഈ ഓർമ്മക്കുറിപ്പ് നമ്മളെയും എത്തിക്കുന്നത് സ്വന്തം തറവാട്ടുമുറ്റത്തെ ഇളവെയിൽത്തുള്ളികളോട് കിന്നാരം പറയുന്ന ആ പഞ്ചാരമണലിലാണ്. അവിടെ, വിട്ടുപിരിഞ്ഞെങ്കിലും ഇന്നും കുളിർക്കാറ്റായി നമ്മളെത്തഴുകുന്ന സ്നേഹമർമ്മരങ്ങളുണ്ട്. ഒരിക്കലൂടെ ചേർത്തണച്ചിരുന്നെങ്കിലെന്ന് ഒരായിരംവട്ടം മോഹിച്ച വാത്സല്യ ചിന്തുകളുണ്ട്. അതേ, വർത്തമാനകാലത്തുനിന്നും ഭൂതകാലത്തിലേയ്ക്കുള്ള ഒരെത്തിനോട്ടമാണീ 'കൊച്ചുകൊച്ചു ഭൂകമ്പങ്ങൾ' ഈ ഭൂകമ്പത്തിൽ വെളിപ്പെടുന്നതോ ഓർമ്മകളുടെ നിളാപുളിനവും! ആൻ മേരിയുടെ ആദ്യപുസ്തകമായ നീർമാതളത്തെ നെഞ്ചോടുചേർത്ത വായനക്കാർക്കുമുൻപിൽ, വായനപ്പുര പബ്ലിക്കേഷൻസ് നിറഞ്ഞ സന്തോഷത്തോടെ തുറക്കുകയാണീ ഓർമ്മചഷകം. സ്വീകരിച്ചാലും!

സസ്നേഹം

പോൾസൺ തേങ്ങാപ്പുരക്കൽ

ഉള്ളടക്കം

1. ഇളവെയിൽച്ചിന്തുകൾ

ബാല്യമെന്ന മാമ്പഴക്കാലത്തിന് എന്തൊരു മാധുര്യമാണ്. ഓർമ്മച്ചില്ലകളെ തഴുകിയെത്തുന്ന കാറ്റിന് എന്തൊരു കുളിർമ്മയാണ്. നടന്നുവന്ന വഴികളിൽ കൊഴിഞ്ഞുവീണ ഇലഞ്ഞിപ്പൂക്കൾക്ക് എന്ത് സൗരഭ്യമാണിന്നും. ഓർമ്മപ്പെയ്ത്തുകൾക്ക് പൂത്തുലഞ്ഞുകിടക്കുന്ന കണിക്കൊന്നയുടെ സൗന്ദര്യം.

നാല്പതുകളിലും അമ്പതുകളിലും എത്തിച്ചേരുമ്പോഴായിരിക്കും ഒരാൾ നഷ്ടപ്പെട്ടുപോയ ബാല്യകാലത്തിന്റെ സ്മരണകളെ ഒരു പിൻവിളിയോടെ ഒപ്പം ചേർക്കുന്നത്. കൈക്കുമ്പിളിലിലൂടെ ചോർന്നുപോയത് ഒരു നല്ല കാലം മാത്രമല്ല, പുതുതലമുറക്ക് ഏറെക്കുറെ അന്യമായ പഴമയുടെ നന്മകൂടിയാണ്.

എല്ലാ വിധത്തിലും അനുഗ്രഹീതമായ ഒരു ബാല്യകാലമായിരുന്നില്ല എന്റേത്. എന്നിരുന്നാലും ഇന്ന് പിന്തിരിഞ്ഞുനോക്കുമ്പോൾ ജീവിതത്തിലെ ഏറ്റവും മനോഹരമായകാലം അതായിരുന്നു എന്ന് മനസ്സിലാകുന്നു. പ്രകൃതി സുന്ദരമായ ഒരു കൊച്ചു ഗ്രാമത്തിൽ നിഷ്കളങ്കരായ കുറെ മനുഷ്യർക്കിടയിൽ സ്നേഹമയികളായ പ്രിയപ്പെട്ടവർക്കൊപ്പം കഴിച്ചുകൂട്ടിയ നല്ലനാളുകൾ എത്ര സുന്ദരമായിരുന്നു. അല്ലെങ്കിലും കൈവിട്ടുപോകുമ്പോഴാണല്ലോ നഷ്ടങ്ങളെന്തും നമുക്ക് വിലപ്പെട്ടതായി തോന്നുന്നത്.

ചെറിയ കുട്ടിയായിരുന്നപ്പോൾ അധികനാളുകളും ഞാൻ കഴിച്ചുകൂട്ടിയത് തറവാട്ടിലായിരുന്നു. അവിടെ വല്യപ്പച്ചനും വല്യമ്മച്ചിയുമുണ്ടായിരുന്നു. കുട്ടിക്കാലത്തെ ഓർമ്മകൾ അധികവും ചുറ്റിത്തിരിയുന്നത് അവർക്കൊപ്പമാണ്. കുടുംബത്തിലെ ഏറ്റവും ഇളയ സന്താനമായിരുന്നതിനാൽ വാത്സല്യവും കരുതലും വേണ്ടുവോളം അവരെനിക്കുതന്നു. അവരെന്നെ സ്നേഹിച്ചു. നല്ല ഭക്ഷണം തന്നു. രാത്രിയിൽ കഥകൾ പറഞ്ഞുതന്നുറക്കി.

ഓർമ്മകളുടെ പിന്നാമ്പുറത്തേക്ക് പിൻതിരിഞ്ഞുനടക്കുമ്പോഴൊക്കെ പൊട്ടിയടർന്ന പടിക്കല്ലുകൾ കയറി ആദ്യം ചെന്നെത്തുന്നത് സ്മരണകളുറങ്ങുന്ന ഒരു ചെറിയ മൺവീടിന്റെ മുറ്റത്താണ്. വൃക്ഷലതാദികളാൽ സമൃദ്ധമായ വലിയൊരു തൊടിയുടെ നടുവിലായി ആ പഴയ വീട്. പകൽ സമയത്തുപോലും സൂര്യപ്രകാശം അധികം കടന്നുവരാത്ത, ഫലവൃക്ഷങ്ങൾ ഇലച്ചാർത്തുകൾ കൊണ്ടുതീർത്ത പച്ച മേൽക്കട്ടിക്ക് കീഴെ വാത്സല്യത്തിന്റെ ശീതളഛായയിൽ എന്റെ സ്നേഹവീട്. ഉമ്മറക്കോലായിൽ കാറ്റുകൊണ്ടിരിക്കുന്ന വല്യപ്പച്ചൻ. വെറ്റമുറുക്കി രണ്ടു വിരലുകൾ ചുണ്ടോടുചേർത്ത് അവക്കിടയിലൂടെ നീട്ടിത്തുപ്പുന്ന വല്യമ്മച്ചി. വിളറിയ വെയിൽത്തുണ്ടുകൾ അവിടവിടെയായി വീണുകിടക്കുന്ന മുറ്റത്തെ

പഞ്ചാരമണലിൽ പിച്ചവച്ചും കക്കു കളിച്ചും ഞാൻ വളർന്നു. തറവാടിന് തൊട്ടടുത്തുതന്നെയുള്ള സ്വന്തം വീട്ടിൽ ഞാൻ വല്ലപ്പോഴും ചെന്നെത്തുന്ന അതിഥി മാത്രമായിരുന്നു. തറവാട്ടിൽ എനിക്കായി, എന്നെ പരിചരിക്കാനായി എപ്പോഴും ആളുകളുണ്ടായിരുന്നു. മഴപെയ്തുകുതിർന്ന നനഞ്ഞ മണ്ണിൽ പാദങ്ങൾ പതിക്കാൻ മടിച്ച എന്നെ തോളിൽ ചുമന്ന് എനിക്ക് പോവേണ്ടിയിരുന്നിടത്തൊക്കെ കൊണ്ടുപോയിരുന്നത് വല്യപ്പച്ചനായിരുന്നു. ചക്കപ്പുഴുക്കിന്റെയും, ഇലയടയുടെയും, കുമ്പിളപ്പത്തിന്റെയും രുചി ഞാനറിഞ്ഞത് വല്യമ്മച്ചിയുടെ മെലിഞ്ഞ കൈവിരലുകളിലൂടെയായിരുന്നു.

പ്രിയപ്പെട്ടവർക്കൊപ്പം ചിലവഴിച്ച ബാല്യത്തെക്കുറിച്ചോർക്കുമ്പോൾ എത്രയെത്ര സ്മരണകളാണ് മനസ്സിലേയ്ക്കോടിയെത്തുന്നത്! അവയെല്ലാം ചേർത്തുവയ്ക്കുമ്പോൾ അറിയാതെ ചുണ്ടിലൊരു പുഞ്ചിരി വിടരാറുണ്ട്. അല്പനേരമെങ്കിലും വെറുതെയിരിക്കുക എന്നത് കുട്ടികൾക്ക് സങ്കല്പ്പിക്കാൻപോലും കഴിയാത്ത ഒന്നാണല്ലോ. 'ഏത് മരത്തിലാണിപ്പോ ഒന്ന് വലിഞ്ഞുകയറുക' എന്ന് ചിന്തിച്ച് തല പുകച്ച് നടക്കുന്ന കാലം.

എന്തൊക്കെ കോലാഹലങ്ങൾ... എത്രയെത്ര വിഢിത്തരങ്ങൾ.. അങ്ങനെ കുട്ടിക്കാലം ഒരു തമാശക്കാലം കൂടിയാകുന്നു.

അഞ്ചു വയസ്സായപ്പോൾ എന്നെ സ്കൂളിൽ ചേർത്തു. ആദ്യമൊക്കെ സ്കൂളിൽ പോക്ക് വലിയ രസമായി തോന്നി. പിന്നെപ്പിന്നെ അതൊരു വയ്യാവേലിയായി മാറി. രണ്ടാം ക്ലാസ്സിൽ പഠിക്കുമ്പോഴാണെന്ന് തോന്നുന്നു, പള്ളിക്കൂടത്തോട് എനിക്ക് പെട്ടെന്നൊരു അലർജി തോന്നിത്തുടങ്ങിയത്. എല്ലാ സാധാരണ കുട്ടികളെയുംപോലെ, പള്ളിക്കൂടവും പരീക്ഷയും കണ്ടുപിടിച്ച തെണ്ടികളെ പ്രാകി നടക്കുന്ന കാലം.. 'ഇസ്കൂളീപ്പോക്ക്' ഒഴിവാക്കാൻ എന്റെ കുട്ടിമനസ്സ് ഒരുപായം കണ്ടുപിടിച്ചു. പുതിയതൊന്നുമല്ല കേട്ടോ, ലോകത്തിൽ പള്ളിക്കൂടം ആരംഭിച്ച കാലം മുതൽക്കുള്ള കുട്ടികൾ പരീക്ഷിച്ചിട്ടുള്ളതും ഇനി വരുന്നവർ പരീക്ഷിക്കാനുള്ളതുമായ ഒരു ഉപായം: വയറുവേദന..!

അങ്ങനെ, രാവിലെ ഉണരുമ്പോഴും രാത്രി കിടക്കുമ്പോഴും പിന്നെ സ്കൂളിൽ പോകുന്ന കാര്യം ഓർമ്മയിലെത്തുമ്പോഴൊക്കെയും എനിക്ക് കലശലായ വയറുവേദന അനുഭവപ്പെടാൻ

തുടങ്ങി. ആദ്യമൊക്കെ എല്ലാവരും അത് വിശ്വസിച്ചു. പിന്നെപ്പിന്നെ എന്റെ കള്ളക്കളി മനസ്സിലാക്കിയവർ ആരും എന്റെ വയറിനെ മൈൻഡ് ചെയ്യാതായി. എന്തിനധികം, സ്വന്തം മാതാപിതാക്കൾപ്പോലും എന്റെ വേദനകളെ നിഷ്കരുണം തള്ളിക്കളഞ്ഞു. കീഴടങ്ങാൻ മനസ്സില്ലാതെ ഞാൻ ആശ്രിതവത്സലനായ വല്യപ്പച്ചനെ ശരണം പ്രാപിച്ചു. അതിന് ഫലമുണ്ടായി. 'വയ്യാത്ത കുഞ്ഞിനെ' കുറച്ചു നാളത്തേയ്ക്ക് സ്കൂളിൽ പറഞ്ഞയക്കേണ്ട എന്ന് വല്യപ്പച്ചൻ കല്പന പുറപ്പെടുവിച്ചു. മാത്രമല്ല, മഹാരോഗിയായ എന്നെ ആശുപത്രിയിൽ കൊണ്ടുപോവുക എന്ന ദൗത്യവും വല്യപ്പച്ചൻ ഏറ്റെടുത്തു.

നിഷ്കളങ്കരായ എന്റെ ഗ്രാമവാസികൾ സ്നേഹത്തോടെ 'ഫോറസ്റ്റ് കാട്' എന്ന ഓമനപ്പേരിൽ വിളിച്ചുപോന്ന വിസ്തൃതമായ നിലമ്പൂർ കാടിന്റെ ഒരു ഭാഗം മുറിച്ചു കടന്ന് അപ്പുറമെത്തിയാൽ ഇരഞ്ഞിമങ്ങാട് എന്ന സ്ഥലത്ത് ഒരു ഹോമിയോ ക്ലിനിക്ക് ഉണ്ടായിരുന്നു. അവിടെയാണ് എന്റെ വയറുവേദനയുടെ ചികിത്സ നടന്നു പോന്നിരുന്നത്. എനിക്ക് വളരെ സന്തോഷമുള്ള കാര്യം. കാരണം, ഉദാരമനസ്കനായിരുന്നു അവിടുത്തെ ഡോക്ടർ. മൂന്നോ നാലോ കൂട്ടം മരുന്ന് ഫ്രീയായി തരും. നാവിലിട്ടാൽ അലിഞ്ഞു പോകുന്ന ഗ്ലൂക്കോസ് പൊടിയും പിന്നെ, നല്ല വെളുത്ത പഞ്ചാര ഗുളികകളും. നേട്ടങ്ങൾ വേറെയുമുണ്ട്. ആനന്ദലബ്ധിക്കിനിയെന്തു വേണം..!

ക്ലിനിക്കിലേക്ക് കാട്ടിലൂടെ അങ്ങോട്ടുമിങ്ങോട്ടും കൂടി ഏതാണ്ട് ഒന്നര മണിക്കൂർ യാത്രയുണ്ട്. ഇക്കണ്ട ദൂരമെല്ലാം വല്യപ്പച്ചൻ എന്നെയും ചുമന്നുകൊണ്ട് നടക്കും. ഞാനാണെങ്കിൽ ഒരടി പോലും നടക്കുകയില്ല. കാലിൽ വെറുതെ മണ്ണു പുരളുന്നത് എനിക്ക് തീരെ ഇഷ്ടമായിരുന്നില്ല. ഡോക്ടറെ കണ്ട് മടങ്ങുമ്പോൾ സുലൈമാൻ കാക്കയുടെ ചായക്കടയിൽനിന്ന് വയറു നിറയെ നൂൽപ്പുട്ടും കടലക്കറിയും വാങ്ങിത്തരും. വേദനകളെയൊക്കെ അല്പനേരത്തേക്ക് മാറ്റി വെച്ച് അതെല്ലാം ഞാൻ മൂക്കുമുട്ടെ കഴിക്കും. മടക്കയാത്രയിൽ ഈ ഭാരം കൂടി താൻ ചുമക്കേണ്ടിവരുമല്ലോ എന്നോർത്ത് താടിക്ക് കൈയും കൊടുത്ത് വല്യപ്പച്ചൻ വിഷണ്ണനായിരിക്കും. ഞാൻ അതൊന്നും കാര്യമാക്കുകയില്ല. ഒടുവിൽ, നല്ല മധുരത്തിൽ ഒരു വെള്ളച്ചായ കൂടി കുടിച്ച് ഏമ്പക്കം വിട്ട് ഞാനെഴു

ന്നേൽക്കും. അവിടെ നിന്നിറങ്ങി അടുത്തുള്ള ചെട്ടിച്ചിയുടെ കടയിൽ നിന്ന് പലവർണ്ണത്തിലുള്ള കുപ്പിവളകൾ വാങ്ങി വല്യപ്പച്ചൻ എന്റെ ഇരു കൈത്തണ്ടകളും നിറയ്ക്കും. ശേഷം തിരികെ എന്നെ വീട്ടിലേയ്ക്ക് ചുമക്കും. വഴിയിൽ, കാട് നാടിനോട് ചേരുന്നിടത്ത് ഒരു വലിയ കുളമുണ്ട്. അവിടെ കളിച്ചു തിമിർക്കുന്ന കുട്ടികളെ കാണുമ്പോൾ കൈ ഉയർത്തിക്കാട്ടി ഞാൻ വീമ്പ് പറയും :

''നോക്കെടീ എന്റെ വള..!''

വീട്ടിലെത്തിയാൽ, ഡോക്ടർ തരുന്ന ഗുളികകളെല്ലാം രണ്ടുമൂന്നു ദിവസത്തിനുള്ളിൽ ഞാൻ തിന്നു തീർക്കും. പെട്ടെന്ന് തീർന്നുകിട്ടാനായി കുറച്ച് ഗുളികകൾ ജോയിപ്പാപ്പനെയും നിർബന്ധിച്ച് തീറ്റിക്കും. അതു കഴിഞ്ഞാൽ വീണ്ടും വയറുവേദന തുടങ്ങും. ക്രമേണ വല്യപ്പച്ചനും മടുത്തു തുടങ്ങി. എങ്കിലും കൊച്ചുമകളോടുള്ള സ്നേഹാതിരേകത്താൽ അത് പുറത്തു കാണിച്ചില്ലെന്ന് മാത്രം. എന്നാൽ ഡോക്ടർക്ക് മടുപ്പ് തോന്നാതിരിക്കാൻ ഞാനദ്ദേഹത്തിന്റെ കൊച്ചുമകളൊന്നുമല്ലായിരുന്നല്ലോ..!

ഒരു ദിവസം വയറും താങ്ങിപ്പിടിച്ചു ചെന്ന എന്നെ അദ്ദേഹം ഒന്നിരുത്തി നോക്കി. എന്നിട്ടൊരു ചോദ്യം.!

''സ്കൂളിൽ പോയിട്ടിപ്പോ എത്ര ദിവസമായി?''

ആ ചോദ്യം ഞാൻ പ്രതീക്ഷിച്ചതല്ല. എന്റെ ചങ്ക് തകർന്നു. എവിടെച്ചെന്നാലും സ്കൂള് ..! മനസ്സമാധാനം തരില്ലാന്നുണ്ടോ? ഡോക്ടർ ചോദ്യം ആവർത്തിച്ചു. ഞാൻ വിരലുകൾ മടക്കിയും നിവർത്തിയും മനക്കണക്ക് കൂട്ടി. ഒരെത്തുംപിടിയും കിട്ടിയില്ല. കണക്കിന് ഞാൻ പണ്ടേ മോശമാണല്ലോ.

''ഓർമ്മയില്ലല്ലേ?''

ഡോക്ടറുടെ മുഖത്ത് ഒരു ചിരി വിടർന്നു. തുടർന്ന് വല്യപ്പച്ചനെ നോക്കിപ്പറഞ്ഞു.

''ഇതിങ്ങനെ പോയാൽ ശരിയാവില്ലല്ലോ. വേദനയ്ക്കാണെങ്കിൽ യാതൊരു കുറവുമില്ല. ഒരു കാര്യം ചെയ്യാം.''

സാമുവൽ ഹാനിമാന്റെ ആ പിൻഗാമി എന്നെ അനുകമ്പയോടെ നോക്കി.

''വെട്ടുകത്തിയില്ലേ വീട്ടിൽ ..?''

''എന്തിന്?'' ഞാൻ ഞെട്ടി!

''ഉണ്ടല്ലോ.'' വല്ല്യപ്പച്ചൻ പറഞ്ഞു.

“ഇനി വരുമ്പോ അതൊന്ന് കൊണ്ടു വരൂ. വയറൊന്ന് കീറി നോക്കേണ്ടിവരും. എന്നാലേ എന്താണെന്നറിയാൻ കഴിയൂ.”

ഹെന്റമ്മച്ചിയേ... എന്റെ തല കറങ്ങി.

ക്ലിനിക്കിനപ്പുറം ചായക്കടയിൽനിന്ന് സുലൈമാൻ കാക്ക പ്രതീക്ഷയോടെ എന്നെ നോക്കി. ചില്ലലമാരയിൽ അടുക്കി വെച്ച പലഹാരങ്ങൾ എന്നെ നോക്കി പല്ലിളിച്ചു. നൂൽപ്പുട്ടിന്റെ വെളുത്ത നൂലുകൾ എന്റെ കണ്ണുകൾക്ക് മുമ്പിൽ ആടിക്കളിച്ചു. വെള്ളച്ചായയ്ക്ക് ചോരയുടെ നിറം.. എങ്ങനെയെങ്കിലും വീട്ടിൽ ഒന്നെത്തിക്കിട്ടിയാൽ മതിയെന്നായി എനിക്ക്.

അന്ന് ഞാൻ ചായക്കടയുടെ നേർക്ക് നോക്കിയതേയില്ല. തീരെ വിശപ്പില്ലായിരുന്നു. ചെട്ടിച്ചിയുടെ കുപ്പിവളകളുടെ കിലുക്കവും ഞാൻ കേട്ടില്ല. കാട്ടിലുടെയുള്ള മടക്കത്തിൽ പതിവില്ലാതെ ഞാൻ വളരെ ദൂരം നടന്നു. കുളക്കരയിലെ കുട്ടികൾ എന്നെ നോക്കി കൊഞ്ഞനം കുത്തി. ഞാനൊന്നും മറുത്തു പറഞ്ഞില്ല. മൂർച്ചയുള്ള ഒരു വെട്ടുകത്തി ഡെമോക്ലീസിന്റെ വാൾ പോലെ എന്റെ തലയ്ക്കു മുകളിൽ തൂങ്ങിക്കിടന്നു.

“ഇപ്പോ വയറു വേദന എങ്ങനെയുണ്ട്?” വല്ല്യപ്പച്ചൻ ചോദിച്ചു.

“നല്ല ഭേദംണ്ട്.” ഞാൻ പറഞ്ഞു. വല്യപ്പച്ചൻ ചിരിച്ചു. വീട്ടിലെത്തിയപ്പോൾ മറ്റുള്ളവരും.

ജനിച്ച നാടും, വീടും, പ്രിയമുള്ളതൊക്കെയും പിന്നിലുപേക്ഷിച്ച് ജീവിതസന്ധാരണത്തിനുള്ള മാർഗ്ഗം തേടി ആയിരക്കണക്കിന് മൈലുകൾക്കപ്പുറം മഞ്ഞിന്റെ നാട്ടിലേക്ക് കുടിയേറിയപ്പോൾ ഇവയെല്ലാം എനിക്ക് ഓർമ്മകൾ മാത്രമായി. ആ നഷ്ടം നികത്താനായി പണ്ട് എന്റെ തറവാട്ട് മുറ്റത്ത് വീണുകിടന്നിരുന്ന ഇളവെയിൽത്തുള്ളികളുടെ ഓർമ്മകൾ കോരിയെടുത്തു ഞാൻ നെഞ്ചോട് ചേർത്തുവച്ചു. ഓർമ്മച്ചെപ്പ് തുറക്കുമ്പോൾ ഇന്നും കൈയിൽ തടയുന്നത് മുത്തും പവിഴവുമാണ്. എന്റെ സമ്പാദ്യത്തിലെ എക്കാലത്തെയും വിലമതിക്കാനാവാത്ത നിധി.

●

2. സിയാങ്ങിന്റെ താഴ്വരയിൽ

സിയാങ് നദിക്കിപ്പുറം പേരാങ് താഴ്വരകളിൽ വെയിൽ ചായുകയും, കൊംസിങ് മലനിരകളിൽ നീലഛവി പടർന്നുതുടങ്ങുകയും ചെയ്ത ഒരു വൈകുന്നേരമാണ് പച്ചവിരിപ്പിട്ട മൈതാനത്തിനപ്പുറം ചെമ്മൺപാതയിലൂടെ അരുണാചൽപ്രദേശ് ഗവൺമെന്റിന്റെ എംബ്ലമുള്ള വലിയ ആംബുലൻസ് ചീറിപ്പാഞ്ഞു കടന്നുപോയത്. സിയാങ് ജില്ലയിലെ ആദ്യത്തെ കോവിഡ് രോഗി. ബാംഗ്ലൂരിൽ മെഡിസിന് പഠിക്കുന്ന പെൺകുട്ടി. ലോക്ഡൗൺ കഴിഞ്ഞതോടെ സ്വന്തം നാട്ടിലേക്ക് തിരിച്ചുവന്നിരിക്കയാണ്. ചെക്പോസ്റ്റിൽ വച്ചുനടത്തിയ പരിശോധനയിൽ കോവിഡ് പോസിറ്റീവ് എന്ന് തെളിഞ്ഞതോടുകൂടി ആരോഗ്യ വകുപ്പിന്റെ നിർദ്ദേശമനുസരിച്ച് പോലീസിന്റെയും മെഡിക്കൽ ടീമിന്റെയും അകമ്പടിയോടെ പേരാങ്ങിലെ ആളൊഴിഞ്ഞ ഗവർമെന്റ് ക്വാർട്ടറുകളൊന്നിൽ ഐസൊലേഷനിൽ പാർപ്പിക്കാനായി കൊണ്ടുപോവുകയാണ്. ആംബുലൻസിനു പിന്നാലെ പോലീസ് വാഹനവും ചീറിപ്പാഞ്ഞു. പാതയോരത്ത്, ഉടലാകെ വൈലറ്റ് പൂക്കൾ വാരിയണിഞ്ഞുനിന്ന ഗുൽമോഹറിന്റെ ചില്ലകൾ കാറ്റിനൊപ്പം തുടിച്ചുയർന്ന് ഒരുപിടി പുക്കൾ നിരത്തിലേക്ക് പൊഴിച്ച് പതിയെ നിശ്ചലമായി. ആംബുലൻസിന്റെ സൈറൺ കേട്ട് അടുത്തുള്ള വീടുകളിൽനിന്ന് ആളുകൾ പുറത്തിറങ്ങി നോക്കിനിൽപ്പുണ്ടായിരുന്നു. മൈതാനത്തിൽ കളിച്ചുകൊണ്ടിരുന്ന കുട്ടികളെ വലിയ ശബ്ദത്തിൽ അമ്മമാർ മടക്കിവിളിച്ചു. മരതകക്കുന്നുകളുടെ ഹരിതാഭയിലേക്ക് മിഴികൾ തുറക്കുന്ന ചെറിയ ബാൽക്കണിയിലിരുന്ന് ഞങ്ങളും ഉത്കണ്ഠയോടെ ആ കാഴ്ച നോക്കിക്കണ്ടു.

‘‘അങ്ങനെ അരുണാചലിലും കൊറോണ എത്തി.’’ മകൾ നെടുവീർപ്പെട്ടു.

‘‘നമ്മളെപ്പഴാ അമ്മേ നാട്ടിൽ പോവാ?’’ കൊച്ചു മകൻ ചോദിക്കുന്നു.

''പൂവാം, ഈ കൊറോണയൊക്കെ ഒന്ന് കഴിഞ്ഞോട്ടെ.''

''കൊറോണയെന്നാ കഴിയ്വാ?'' അടുത്ത ചോദ്യം.

മറുപടി പറയാനില്ലാതെ ഞങ്ങൾ പരസ്പരം നോക്കി, പിന്നെ പേരാങ്ങിലേക്ക് നോട്ടമയച്ചു. വാഹനവ്യൂഹം മുളംകാടുകൾ കടന്ന്, കയറ്റം കയറിത്തുടങ്ങിയിരുന്നു.

എന്നാണ് നാട്ടിൽ പോവാൻ കഴിയുക? എന്നും സ്വയം ചോദിക്കുന്ന ചോദ്യമാണത്. ഉത്തരമറിയാത്ത ചോദ്യം. കഴിഞ്ഞ ആറു മാസങ്ങളായി ഈ മതിൽക്കെട്ടിനുള്ളിൽ തളക്കപ്പെട്ട് കഴിയുകയാണ്. കുട്ടികൾക്ക് ശരിക്കും മടുത്തുതുടങ്ങിയിരിക്കുന്നു. കളിക്കാൻ കൂട്ടുകാരില്ല. അടുത്തെങ്ങും ബന്ധുക്കളോ സുഹൃത്തുക്കളോ ഇല്ല. പുറത്തിറങ്ങാൻ നിവൃത്തിയില്ല. ഇവിടെ ലോക്ഡൗൺ കാര്യമായിട്ടൊന്നുമില്ലെങ്കിലും സ്വയം സുരക്ഷിതരായിരിക്കുക എന്നതാണല്ലോ പ്രധാനം. ഈ മലയോര പ്രദേശത്ത് ഇത്രനാളും മഹാമാരിയെക്കുറിച്ചുള്ള കഥകൾ വെറും കേട്ടുകേൾവി മാത്രമായിരുന്നു. എന്നാൽ ഇന്നത് യാഥാർത്ഥ്യമായിരിക്കുന്നു. ലോക്ഡൗൺ പിൻവലിച്ചതോടുകൂടി പുറം സംസ്ഥാനങ്ങളിൽ പഠിക്കുന്ന വിദ്യാർത്ഥികൾ തിരിച്ചുവരാൻ തുടങ്ങും. അവർക്കൊപ്പം മഹാമാരിയും.

കുന്നുകയറിപ്പോയ വാഹനങ്ങൾ പേരാങ്ങിന്റെ നെറുകയിലെത്തി വലിയൊരു വളവ് തിരിഞ്ഞ് മരങ്ങൾക്കിടയിൽ മറഞ്ഞു. 2018 ൽ പുതിയ സംസ്ഥാനമായി 'സിയാങ്' പിറവിയെടുത്തപ്പോൾ ഹെഡ്ക്വാർട്ടർ ഇവിടെയായിരിക്കുമെന്ന പ്രതീക്ഷയിലാണ് വെറും വനം മാത്രമായിരുന്ന പേരാങ്ങിൽ നിരവധി വീടുകൾ ഉയർന്നത്. പകുതിയിലധികവും ഗവർമെന്റ് ഓഫീസുകളും ജോലിക്കാർക്കായുള്ള ക്വാർട്ടേഴ്സുകളുമാണ്. മാസങ്ങൾ നീണ്ട പിടിവലിക്ക് ശേഷം സിയാങ് ജില്ലയുടെ ആസ്ഥാനം ബോളങ്ങിലേക്ക് പോയി. അതോടെ പേരാങ്ങിൽ പണികഴിപ്പിക്കപ്പെട്ട കെട്ടിടങ്ങൾ അധികവും ഉപയോഗശൂന്യമായി. കുന്നിന്റെ നെറുകയിൽ കെട്ടിപ്പൊക്കിയ മനോഹരമായ ഡി.സി. ബംഗ്ലാവുപോലും കന്നുകാലികൾക്ക് വിശ്രമിക്കാനും ചെറുപ്പക്കാർക്ക് കൂത്താടാനുമുള്ള വിഹാരകേന്ദ്രമായി മാറി. ഒരേ രീതിയിൽ നിർമ്മിച്ച് വെള്ളച്ചായം പൂശിയ ആകർഷകമായ ക്വാർട്ടറുകളുടെ ചുവരുകൾ കമ്മ്യൂണിസ്റ്റ് പച്ചച്ചായത്താൽ കുത്തിവരച്ചും മുറുക്കിത്തുപ്പിയും നാശമാക്കി

യിരിക്കുന്നു. ഇതൊക്കെയാണെങ്കിലും പേരാങ്ങിലേക്ക് നോക്കി അങ്ങനെയിരിക്കാൻ നല്ല രസമാണ്. മഴ പെയ്യുന്ന പ്രഭാതങ്ങളിൽ താഴ്‌വരകൾ തണുത്തുവിറച്ച് മഞ്ഞിന്റെ നരച്ച കമ്പളം വാരിപ്പുതച്ച് നിശബ്ദമാകും. സൂര്യനുദിച്ചു കഴിഞ്ഞാൽ വിശാലമായ നീലവാനത്തിൻ കീഴിൽ കരിനീലച്ചായം പൂശി മയങ്ങിക്കിടക്കും. സന്ധ്യയായാൽ നരച്ച ആകാശച്ചെരുവിൽ വിളറി നിൽക്കുന്ന ഒറ്റപ്പെട്ട നക്ഷത്രങ്ങൾക്ക് കീഴെ നിരവധി വൈദ്യുത വിളക്കുകൾ പ്രകാശം ചൊരിഞ്ഞ് ഭൂമിയിൽ മറ്റൊരാകാശം തീർക്കും. എന്നാൽ ഇന്നത്തെ സന്ധ്യ തീർത്തും വിഷാദഭരിതമായിരിക്കും. സിയാങ്ങിന്റെ ചുറ്റുവട്ടത്തായി വസിച്ചു വരുന്ന ആളുകളുടെ മനസ്സിൽ തീർച്ചയായും ഭയവും ആകുലതയും കുടിയേറിയിട്ടുണ്ടാവും. മഹാമാരികൾക്ക് ആരും അധീതരല്ലെങ്കിലും തങ്ങൾക്ക് ഒന്നും സംഭവിക്കുകയില്ലെന്ന് വലിയൊരു വിഭാഗം ആളുകൾ വിശ്വസിക്കുന്നു അല്ലെങ്കിൽ അങ്ങനെ വിശ്വസിക്കാൻ സ്വയം പഠിപ്പിക്കുന്നു. ലോകമെമ്പാടും ഭീതി വിതച്ച വില്ലൻ വൈറസ്, ഏറെ നാളുകൾ കഴിഞ്ഞിട്ടും, പുറംനാടുകളിൽ നിന്നുള്ള മനുഷ്യർ പോലും വന്നെത്താൻ മടിക്കുന്ന ദുർഘടമായ ഈ വടക്കുകിഴക്കൻ പ്രദേശങ്ങളിലേക്ക് കടന്നുവരാൻ മടിച്ച് മാറി നിൽക്കുകയായിരുന്നു. ലോകം മുഴുവൻ പിടിച്ചു കുലുക്കിയ മഹാവ്യാധി തങ്ങളെ തീണ്ടുകയില്ല എന്ന വിശ്വാസത്തിന് കോട്ടം തട്ടിയിരിക്കുന്നു. മൈതാനത്തിന്റെ ചുറ്റുവട്ടങ്ങളിൽ നിന്നും ദൂരെ പേരാങ്ങിലേക്ക് എത്തി നോക്കുന്ന അസംഖ്യം മിഴികൾ അതിന്റെ തെളിവാണ്. ഭയവും ആശങ്കയും എല്ലാവരിലുമുണ്ട്.

എത്ര അപ്രതീക്ഷിതമായാണ് ജീവിതം മാറിമറിഞ്ഞത്. നാളെയെക്കുറിച്ചുള്ള പ്രതീക്ഷകൾ.. നിറമുള്ള സ്വപ്നങ്ങൾ.. എല്ലാം ദൂരേയ്ക്ക് ഓടിയകന്നിരിക്കുന്നു. നാട്ടിൽ പോകണം. മാതാപിതാക്കളെ കാണണം.. പ്രിയപ്പെട്ടവർക്കൊപ്പം ഓണവും ക്രിസ്തുമസ്സും ആഘോഷിക്കണം.. സ്വന്തം വീടിന്റെ ഉമ്മറത്തിരുന്ന് പുറത്ത് പെയ്യുന്ന വേനൽ മഴ കാണണം.. എന്തെല്ലാം ആഗ്രഹങ്ങൾ.. എന്നാലിപ്പോൾ, ഏത് അനിശ്ചിതത്വത്തിലേയ്ക്ക് എന്ന ആശങ്കയോടെയാണ് ഓരോ പുലരിയും മിഴി തുറക്കുന്നത്. രാത്രികളിൽ ഉറങ്ങാൻ കിടക്കുമ്പോൾ മക്കൾ നെടുവീർപ്പോടെ ചോദിക്കുന്നു,

‘‘അമ്മേ, ഈ കൊറോണ ഒരിക്കലും കഴിയില്ലേ?’’

പേടി കൂടാതെ ജീവിക്കാനും പുറത്തിറങ്ങി നടക്കാനും സാധിക്കുന്ന ഒരു നല്ല നാളെ അവരും പ്രതീക്ഷിക്കുന്നു. സ്കൂൾ തുറക്കുന്നതും കൂട്ടുകാർക്കൊപ്പം കളിക്കുന്നതും പഠിച്ചു വളരുന്നതും അവർ സ്വപ്നം കാണുന്നുണ്ട്. എന്ന്..? അതുമാത്രം അറിയില്ല.

വാഹനങ്ങൾ തിരിച്ച് കുന്നിറങ്ങി വരുന്നത് കാണായി. പൂഴിമണ്ണിന്റെ വലിയ തിരമാലകളുയർത്തിക്കൊണ്ട് ആംബുലൻസ് മൈതാനത്തിനപ്പുറം അപ്രത്യക്ഷമായി. ഒരുപിടി പൂക്കൾക്കൂടി അർപ്പിച്ച് ഗുൽമോഹർ ചില്ലകൾ കുലുങ്ങിവിറച്ചു. ഉണങ്ങിനിന്ന ഒരു വമ്പൻ വൃക്ഷത്തിന്റെ ചുവട്ടിൽ വീണുകിടന്നിരുന്ന വലിയ ഇലകൾ വാഹനങ്ങൾക്ക് പിന്നാലെ ഉയർന്നുപറന്നു. അന്തരീക്ഷത്തിൽ അല്പനേരം തത്തിക്കളിച്ച് വിറച്ചുവിറച്ച് താഴേക്ക് പതിച്ചു. നാട്ടിൻപുറത്തെ സിനിമാകൊട്ടകയുടെ പരസ്യം പതിപ്പിച്ച്, മൺവഴികളിലൂടെ നീങ്ങുന്ന പരസ്യവണ്ടിക്ക് പിറകിൽനിന്നും പറന്നുവീഴുന്ന നോട്ടീസുകളാണ് ഓർമ്മവന്നത്. പല വർണ്ണങ്ങളിൽ അവയങ്ങനെ പൊടിപടലങ്ങൾക്കൊപ്പം ഉയർന്നും താണും...

●

3. ചില 'പരീക്ഷ'ണങ്ങൾ.

മലനിരകളിൽ വെയിൽ ചാഞ്ഞ മനോഹരമായ ഒരു വൈകുന്നേരം. കുട്ടികളുമൊത്ത് വെറുതെയൊന്ന് നടക്കാനിറങ്ങി. സ്കൂൾ ഗേറ്റിന് വെളിയിലേയ്ക്കൊന്നിറങ്ങിയിട്ട് നാളുകളെത്ര കഴിഞ്ഞിരിക്കുന്നു. കൊറോണയെ പേടിച്ച് വീട്ടിൽ തന്നെയിരിക്കാൻ തുടങ്ങിയിട്ട് മാസങ്ങളായി. ഗേറ്റിന് വെളിയിൽ, തൊട്ടടുത്തുള്ള ബാപ്റ്റിസ്റ്റ് ചർച്ചിന് താഴെ മുന്നൂറടിയോളം താഴ്ചയിൽ ഗംഭീരഭാവത്തോടെ ഒഴുകുന്ന സിയാങ് (ബ്രഹ്മപുത്ര) നദിയുടെ മനോഹാരിതയും കണ്ട് അൽപനേരം നിന്നു. മറ്റേതൊരു നദിക്കും കണ്ടിട്ടില്ലാത്തവിധം, അതിശയകരമായ പച്ചനിറമാണ് സിയാങിലെ ജലത്തിന്. എന്തൊരു ചന്തം.. എന്തൊരു ഗാംഭീര്യം.. വന്യതയും വശ്യതയും സമഞ്ജമായി സമ്മേളിച്ചിരിക്കുന്നു ബ്രഹ്മാവിന്റെ ഈ പുത്രനിൽ. പുരുഷപ്പേരിലറിയപ്പെടുന്ന ഒരേയൊരു നദി ബ്രഹ്മപുത്രയാണ്. ആ മനോഹാരിതയിൽ മനം നിറച്ചുനിൽക്കേ എതിരെ വന്ന കുറച്ചുകുട്ടികൾ ശുഭസായാഹ്നം നേർന്നു കടന്നുപോയി.... ഞാൻ പഠിപ്പിച്ചുവിട്ട കുട്ടികളാണ്. കൂട്ടത്തിലൊരുത്തൻ മാത്രം നേരെ നോക്കാതെ മുഖം തിരിച്ചു നടന്നു. അതിൽ കൂടുതൽ അവനിൽനിന്നും ഒന്നും ഞാൻ പ്രതീക്ഷിച്ചതുമില്ല. സ്കൂളിലെ സ്ഥിരം കോപ്പിയടിക്കാരനായിരുന്നു അവൻ. എത്രയോ തവണ പിടിക്കപ്പെട്ടിരിക്കുന്നു. ഒരു പരീക്ഷാസമയത്ത് കൈയിൽ ഒളിപ്പിച്ചുവച്ചിരുന്ന കടലാസിൽ നിന്നും നോക്കി പകർത്തവെ കൈയോടെ അവനെ ഞാൻ പിടികൂടി. എഴുതിയതത്രയും മാറ്റിവച്ച് പുതിയ പേപ്പർ കൊടുത്ത് രണ്ടാമതും പരീക്ഷയെഴുതിപ്പിച്ചതിന്റെ കലിപ്പ് തീർച്ചയായും അവന് എന്നോടുണ്ടാവും. കോപ്പിയടിക്കാരായ വിദ്യാർത്ഥികളോട് ക്ഷമിക്കാൻ എനിക്കൊരിക്കലും കഴിഞ്ഞിട്ടില്ല. ആത്മാർത്ഥത തൊട്ടുതീണ്ടിയിട്ടില്ലാത്ത ഈ പ്രവർത്തിയെ എക്കാലവും ഞാൻ കഠി

നമായി വെറുത്തു. നീണ്ട പതിനെട്ട് വർഷത്തെ വിദ്യാർത്ഥിജീവിതത്തിനിടയിൽ ഒരിക്കൽപ്പോലും ഞാൻ കോപ്പിയടിച്ചിട്ടില്ല. ആരെങ്കിലും ഇങ്ങോട്ട് പറഞ്ഞുതരാൻ വന്നാൽപോലും ഓടി രക്ഷപെടാറായിരുന്നു പതിവ്. (ഇക്കാര്യം അഭിമാനത്തോടു കൂടി എല്ലാ ക്ലാസുകളിലും മുടങ്ങാതെ പ്രസ്താവിച്ചു വരാറുമുണ്ട്).

കോപ്പിയടി ശീലമാക്കിയവർ രണ്ടു തരക്കാരുണ്ട്. എത്ര പഠിപ്പിച്ചാലും തലയിൽ കയറാത്ത, ജയിക്കാൻ മറ്റു മാർഗ്ഗങ്ങളൊന്നുമില്ലാതെ നിവൃത്തിയില്ലാതെ കോപ്പിയടിക്കുന്നവരാണ് ഒരു കൂട്ടർ. ഇക്കൂട്ടരോട് എനിക്ക് സഹതാപമാണ്. ക്ലാസ്സിൽ പഠിപ്പിക്കുന്നതൊന്നും ശ്രദ്ധിക്കാതെ, പഠിക്കാൻ മിനക്കെടാതെ കോപ്പിയടിച്ചു

പരീക്ഷ ജയിക്കാൻ ശ്രമിക്കുന്നവരാണ് രണ്ടാമത്തെ കൂട്ടർ. ഇത്ത രക്കാരോട് ഒരിക്കലും അനുരഞ്ജനത്തിന് മുതിരാറില്ല ഞാൻ. എന്നാൽ കോപ്പിയടിച്ച് എന്നെ അമ്പരപ്പിച്ച ചിലരുണ്ട്. എന്നും ചിരിയോടെ മാത്രം എനിക്ക് ഓർക്കാൻ കഴിയുന്നവർ..

ഒമ്പതാം ക്ലാസ്സിൽ പഠിക്കുന്ന സമയം. ഓണപ്പരീക്ഷയാണെ ന്നാണ് ഓർമ്മ. തരക്കേടില്ലാത്ത ടെൻഷനോടുകൂടി പരീക്ഷാഹാ ളിൽ ചോദ്യപേപ്പർ കയ്യിൽ കിട്ടുന്നതും കാത്തിരിപ്പാണ്. അടുത്തി രിക്കുന്നത് ഒരു എട്ടാം ക്ലാസ്സുകാരിയാണ്, സുന്ദരി! നല്ല മുഖം.. നല്ല തലമുടി. ഞങ്ങൾ പരസ്പരം നോക്കിച്ചിരിച്ചു. അടക്കിപ്പിടിച്ച ശബ്ദത്തിൽ പരിചയപ്പെട്ടു. എന്റെ അതേ പേരുകാരിയാണെന്നറി ഞ്ഞപ്പോൾ സന്തോഷവും സ്നേഹവും തോന്നി.

പരീക്ഷ തുടങ്ങി . ചോദ്യ പേപ്പർ കയ്യിൽ കിട്ടിയപ്പോൾ ഒന്നോ ടിച്ചു നോക്കി. ഭാഗ്യം. ഒരുവിധം അറിയാവുന്ന ചോദ്യങ്ങൾ തന്നെ യാണ്. ഒട്ടൊരാശ്വാസത്തോടെ ഉത്തരങ്ങൾ എഴുതാനാരംഭിച്ചു. അപ്പോഴുണ്ട് അയൽവക്കത്തു നിന്നും പാമ്പ് ചീറ്റുംപോലെ ഒരു ശബ്ദം.

''ശ്ശ്ശ് ...ശ്ശ്''

ഞാൻ ഞെട്ടിത്തിരിഞ്ഞുനോക്കി. സഹബെഞ്ചത്തിയാണ്. കയ്യി ലുള്ള ചോദ്യപേപ്പറിലെ ചില ചോദ്യങ്ങൾ തൊട്ടുകാട്ടിക്കൊണ്ട് ഉത്തരമെന്ത് എന്ന് കണ്ണുകൾകൊണ്ട് ചോദിക്കുകയാണ്.'വി ആന്റ്സ് നെവർ ലെൻഡ്, വി ആന്റ്സ് നെവർ ബോറോ' എന്ന പണ്ടത്തെ ഉറുമ്പിന്റെ പോളിസിയാണ് അന്നെന്റേത്. ഞാൻ ഉത്തര ങ്ങൾ വാങ്ങാറുമില്ല. കൊടുക്കാറുമില്ല. മാത്രമല്ല സാറിനെ വലി ന്ന പേടിയുമാണ്. കോപ്പിയടിക്കുന്നവർ മാത്രമല്ല. സഹായിക്കു ന്നവരും ചീത്ത കേൾക്കുമെന്ന കാര്യത്തിൽ സംശയം വേണ്ട. മറ്റെന്തിനെക്കാളുമധികം ചീത്തപ്പേരിനെ ഞാൻ ഭയപ്പെട്ടിരുന്നു. എങ്കിലും മാനുഷിക പരിഗണന വെച്ച് ചില ഉത്തരങ്ങൾ അതി രഹസ്യമായി പറഞ്ഞുകൊടുത്തു. അല്പനേരം കഴിഞ്ഞില്ല വീണ്ടും 'ശ്ശ്ശ് ശ്' എന്ന സ്വരം കേട്ടു. വല്യ പൊല്ലാപ്പായി. പരിച യപ്പെടാൻ നിൽക്കണ്ടായിരുന്നു. ആ മുഖത്തെ ദൈന്യത കണ്ട പ്പോൾ പാവം തോന്നി. അറിയാവുന്ന ഉത്തരങ്ങൾ പറഞ്ഞു കൊടുത്തു. പരീക്ഷ കഴിയുവോളം ഇത് ആവർത്തിച്ചു. എനിക്ക് ദേഷ്യവും സങ്കടവും ഒരുപോലെവന്നു. എന്നെ വേണ്ടവിധം എഴു

താൻപോലും ആ കുട്ടി സമ്മതിച്ചില്ല. രണ്ടു പരീക്ഷകൾ ഈ വിധം കടന്നുപോയി. മൂന്നാമത്തെ പരീക്ഷയെത്തിയപ്പോഴേക്കും മനസ്സിനെ കഠിനപ്പെടുത്തി ഉറച്ചൊരു തീരുമാനത്തിൽ ഞാൻ എത്തിച്ചേർന്നു. പരീക്ഷ തുടങ്ങി. പതിവുപോലെ ശബ്ദം കേട്ടു തുടങ്ങി. ഞാൻ തലയുയർത്തിയതേയില്ല. ശബ്ദം അസഹ്യമായപ്പോൾ മുഖത്തേക്ക് നോക്കി അറിയില്ല എന്ന് ആംഗ്യം കാണിച്ചു. പിന്നീട് ശല്യമൊന്നുമുണ്ടായില്ല. ആശ്വാസത്തോടെ ഞാൻ എഴുത്തു തുടർന്നു. ഈ തീരുമാനം നേരത്തെ എടുക്കാതിരുന്നതോർത്ത് പശ്ചാത്തപിച്ചു. ശേഷം, കക്ഷി മുന്നിലും പിന്നിലുമായി ഇരിക്കുന്ന കുട്ടികളെ സമീപിച്ചു നോക്കിയിട്ടും ഫലമൊന്നുമുണ്ടായില്ല എന്ന് അയൽവക്കത്തുനിന്നും കേട്ട ചില കുശുകുശുപ്പുകളിൽനിന്നും ഞാൻ അനുമാനിച്ചെടുത്തു. ഇടക്ക്, ഇടം കണ്ണുകൊണ്ട് ഞാനൊന്ന് പാളി നോക്കി. പേനയെല്ലാം അടച്ച്, പേപ്പർ മടക്കി, കൈകൾ കൊണ്ട് കുമ്പിൾ തീർത്ത് മുഖം അതിലേക്കിറക്കി വച്ച് നിശബ്ദയായി ഇരിക്കുകയാണ്. ഞാൻ നോക്കുന്നത് കണ്ടിട്ടും മൈൻഡ് ചെയ്തില്ല. കടുപ്പക്കാരി...! കുറച്ച് കഴിഞ്ഞു നോക്കുമ്പോഴും അതേ ഇരുപ്പ് തന്നെ. മാഷ് പുറത്തേക്കിറങ്ങിയ തക്കം നോക്കി അടക്കിപ്പിടിച്ച് ഞാൻ ചോദിച്ചു.

''എന്തേ എഴുതാത്തെ?''

''ഹും..!''

അവളെന്നെ കടുപ്പിച്ചൊന്ന് നോക്കി.

''ആരും പറഞ്ഞു തരാതെ ഞാനെങ്ങനെ എഴുതാനാ..?''

ഞാൻ ഫ്ലിംഗ്..!

പൊളിച്ച വായോടെ അന്തം വിട്ടിരുന്ന എന്നെ മാഷ് വലിയ ശബ്ദത്തോടെ മേശമേലടിച്ചുണർത്തി. തല മന്ദിച്ചു പോയിരുന്നു. എന്നെ പറ്റിച്ച സന്തോഷത്തിൽ മൂപ്പത്തി കുത്തിയിരിപ്പു സമരം തുടർന്നു. പരീക്ഷകൾ പലതുകഴിഞ്ഞു. ആനിക്കുട്ടിയെ ഞാൻ മറന്നില്ല..

പല വർഷങ്ങൾക്ക് ശേഷം അമ്മാവന്റെ മോന് ഈ കുട്ടിയുടെ ഒരു വിവാഹാലോചന വന്നു. പെണ്ണുകാണലൊക്കെക്കഴിഞ്ഞ് ചേട്ടായിയും കൂട്ടരും കുഞ്ഞമ്മായിയെ കാണാൻ വീട്ടിൽ വന്നു.

''ചേട്ടായി, പെണ്ണെങ്ങനെയുണ്ട്..?'' ഞാനന്വേഷിച്ചു.

''ഹും. കൊള്ളാം.''

''ഇഷ്ടപ്പെട്ടോ..?''

മറുപടി ഒരു പുഞ്ചിരിയായിരുന്നു. ചായ കുടിയെല്ലാം കഴിഞ്ഞു സംസാരിച്ചിരിക്കവേ ഞാൻ പണ്ടത്തെ പരീക്ഷാ സംഭവം വിവരിച്ചു. എല്ലാവരും കൂടി ചിരിച്ചുമറിഞ്ഞു.

''നീയെന്തിനാ അത് പറയാമ്പോയെ?'' അവർ പോയിക്കഴിഞ്ഞപ്പോൾ അമ്മ എന്നോട് ദേഷ്യപ്പെട്ടു.

''അതിന് ഞാൻ ഇല്ലാത്തതൊന്നും പറഞ്ഞില്ലാലോ. സത്യല്ലേ.?'' ഞാൻ വാദിക്കാൻ നോക്കി.

''എന്നാലും വേണ്ടായിരുന്നു. അവനെന്ത് തോന്നിയോ ആവോ?''

ചേട്ടായിക്ക് എന്തെങ്കിലും തോന്നിക്കാണുമോ ആവോ. എന്തുകൊണ്ടോ ആ കല്യാണം നടന്നില്ല. വിവാഹം മുടങ്ങിയതിന് എന്റെ പരീക്ഷാക്കഥയുമായി എന്തെങ്കിലും ബന്ധമുണ്ടാവുമോ എന്ന് കുറച്ചുകാലം ഞാൻ വ്യസനിച്ചുനടന്നു. പിന്നെയത് മറന്നു. നല്ലൊരു പയ്യനെ വിവാഹം കഴിച്ച് കുഞ്ഞുങ്ങളും കുടുംബവുമായി അവൾ സുഖമായിക്കഴിയുന്നുണ്ടാവും എന്ന് കരുതുന്നു.

ഏതാണ്ടിതേ കാഴ്ചപ്പാടുമായി എന്നെ ചിരിപ്പിച്ച മറ്റൊരാൾ കൂടിയുണ്ട്. വർഷങ്ങൾക്കിപ്പുറം എം എ. പരീക്ഷയെഴുതുന്ന സമയം. കോഴിക്കോടിനടുത്ത് കുന്ദമംഗലത്തുള്ള ഒരു സ്കൂളാണ് പരീക്ഷാ കേന്ദ്രം. നിലമ്പൂർ നിന്ന് രണ്ടുമണിക്കൂർ യാത്രയുണ്ട്. ഞാൻ രാവിലെ എഴുന്നേറ്റ്, കരയുന്ന കുഞ്ഞുമോനെ അമ്മയെ ഏൽപ്പിച്ച് പരീക്ഷക്ക് പോവും. വിദ്യാർത്ഥികളുടെ അന്തോം കുന്തോമില്ലാത്ത കോപ്പിയടിക്കു തടയിടാനായി വേണ്ടപ്പെട്ടവർ പരീഷാഹാൾ എന്നും മാറ്റിക്കൊണ്ടിരിക്കും. ഒരു ദിവസം ഓടിക്കിതച്ചു ഹാളിലെത്തി നമ്പർ തപ്പിക്കണ്ടുപിടിച്ചു വരുമ്പോഴുണ്ട് ഒരു കുട്ടി തിരക്ക് പിടിച്ചെഴുതി കൂട്ടുകയാണ്. പേപ്പറിലല്ല, മേശമേൽ..! എന്നെക്കണ്ട് ഒന്നു ചിരിച്ചു. വീണ്ടും എഴുത്തു തുടങ്ങി. കാലപ്പഴക്കം കറുപ്പിച്ച മേശമേൽ നിറയെ പെൻസിലിന്റെ ചാരത്തിളക്കം. സ്വന്തം ഏരിയ മുഴുവൻ എഴുതി നിറച്ച് എന്റെ ജ്യൂറിസ്ഡിക്ഷനിലേക്ക് കൈവച്ചപ്പോൾ ഞാൻ തടഞ്ഞു.

''ഇവിടെ എഴുതക്കൂടാത്.. ഇത് എങ്കൾ ഏരിയ..!''

ചമ്മിയ ഒരു ചിരിയോടെ അവൾ പിന്തിരിഞ്ഞു. പകരം കൈയിൽ എഴുതാൻ തുടങ്ങി. നീളൻ കുപ്പായത്തിന്റെ കൈയല്പം

ഉയർത്തി, വെളുത്ത കൈത്തണ്ടയിലും കൈവെള്ളയിലും വിരലുകളിലും വരെ കുനുകുനെ എഴുതി. കണ്ടാൽ കൈനിറയെ മൈലാഞ്ചിയിട്ടതു പോലെ.

പരീക്ഷ തുടങ്ങിക്കഴിഞ്ഞപ്പോൾ മേശയിലെഴുതി വച്ച കാര്യമെല്ലാം പുള്ളിക്കാരി മറന്നെന്നു തോന്നി. പകരം എന്റെ പേപ്പറിലേക്ക്, കൗശലക്കാരിയായ ഒരു കാക്കയെപ്പോലെ ചാഞ്ഞും ചെരിഞ്ഞും നോക്കി ആർത്തി പിടിച്ചെഴുതാൻ തുടങ്ങി. ഒപ്പം കിടന്നുറങ്ങാൻ വാശിപിടിച്ചുകരഞ്ഞ മോനെ അവഗണിച്ച്, രാത്രി മുഴുവനും ഉറങ്ങാതിരുന്ന് പഠിച്ചെടുത്ത വക മുഴുവൻ നിർദ്ദയമായി കൊള്ളയടിക്കപ്പെടുന്നത് എനിക്ക് സഹിച്ചില്ല. ഉള്ളിലൊരു കുശുമ്പിക്കോത തലപൊക്കി. അറിയാത്ത മട്ടിൽ ഇടം കൈ പേപ്പറിന് മുകളിൽ വച്ച് എഴുതിയതത്രയും ഞാൻ മറയ്ക്കാൻ നോക്കി. കൂസലില്ലാതെ അവൾ കൈയെടുത്തു മാറ്റി. ഞാൻ ചമ്മി..! അവൾക്ക് നോക്കിയെഴുതാൻ പറ്റാത്തത്ര വേഗത്തിൽ ഞാൻ ആഞ്ഞെഴുതാൻ തുടങ്ങി. അവൾ എന്നെക്കാളും വേഗത്തിലെഴുതി. 'മെല്ലെ എഴുത്' എന്നെന്നെ ശാസിച്ചു. ഇടക്ക് എന്റെ കാതിൽ 'എന്തൊരെഴുത്താ ചേച്ച്യേ ഇത്' എന്ന് പ്രശംസിച്ചു. അറിയാത്ത ഉത്തരങ്ങൾ വിട്ടുകളഞ്ഞപ്പോൾ ശകാരിച്ചു. 'ഇങ്ങക്കും അറിയാത്ത ചോദ്യോ..? ' എന്ന് കണ്ണ് മിഴിച്ചു. ചോദ്യപേപ്പർ ഇട്ടവന്റെ തന്തയ്ക്കുവിളിച്ചു. അടുത്ത പേജ് മറിച്ചപ്പോൾ ഉണ്ടക്കണ്ണുരുട്ടി പേടിപ്പിച്ചു. ബലമായി പേജ് മറിച്ചുനോക്കി എഴുതി. ഒടുവിൽ ഞാൻ തോറ്റുകീഴടങ്ങി. ഞാനെഴുതി, അവൾ നോക്കിയെഴുതി. കുറെ കഴിഞ്ഞു നോക്കുമ്പോഴുണ്ട്, ക്ഷീണിച്ച വശയായതുപോലെ പരാക്രമങ്ങളൊക്കെ നിർത്തി ശാന്തയായിരിക്കുന്നു.

''എന്തു പറ്റി..? എഴുതുന്നില്ലേ..?'' ഞാൻ കണ്ണുകൾ കൊണ്ട് ചോദിച്ചു. ചോദിച്ചു കഴിഞ്ഞപ്പോൾ ചങ്കിടിച്ചു. വേണ്ടിയിരുന്നില്ല. പണ്ടെന്നോ കേട്ട ഒരുത്തരം ഓർമ്മയിലുണ്ട്. എന്നാൽ തെളിഞ്ഞ മുഖത്തെ ചിരി കണ്ടപ്പോൾ ആശ്വാസം തോന്നി.

''മതി.'' അവൾ മന്ത്രിച്ചു.

''ജയിക്കാനുള്ളത് എഴുതീക്ക്ണ്. അമ്പതു മാർക്കിനുള്ളതായി. അതുമതി.''

മുഖത്ത് അപാരമായ സന്തോഷത്തിളക്കം. അല്പം കഴിഞ്ഞ്

അവൾ എഴുന്നേറ്റു. പുറത്തു വച്ച് കാണാം എന്ന കണ്ണാംഗ്യത്തോടെ പേപ്പർ സബ്മിറ്റ് ചെയ്ത് പുറത്തേക്ക് പോയി. പരീക്ഷ കഴിഞ്ഞ് ഞാൻ വെളിയിലിറങ്ങിയപ്പോൾ അവൾ ഓടിയെത്തി എന്റെ കൈ പിടിച്ചു.

"താങ്ക്യു ചേച്ചി. താങ്ക്സ് എ ലോട്ട്. ചേച്ചിയുടെ അടുത്തിരിക്കാൻ കഴിഞ്ഞത് ന്റെ ഭാഗ്യം."

"എന്താ പേര്.?" ഞാൻ ചോദിച്ചു..

"കിസ്മത്ത്.." എനിക്ക് ചിരിവന്നു.

"പേരു പോലെത്തന്നെയാണല്ലോ ആളും.. ഭാഗ്യവതി.." ഞങ്ങൾ ഇരുവരും ചിരിച്ചു. യാത്ര പറഞ്ഞ് തിരിയുമ്പോൾ അവൾ പിന്നിൽ നിന്ന് വിളിച്ചു. തിരിഞ്ഞു നോക്കുമ്പോൾ വല്ലാത്ത ഗൗരവം മുഖത്ത്.

"അതേ, പരീക്ഷ എഴുതുമ്പോ ഇത്ര സ്പീഡ് വേണ്ടാട്ടോ. നോക്കീഴ്താനും കൂടി പറ്റ്ണില്ല..."

ഞാൻ വീണ്ടും പ്ലിംഗ്...

ഓരോരോ പരീക്ഷണങ്ങൾ..!

●

4. കോമരം

കുട്ടിക്കാലത്ത് ഒന്നാംതരമൊരു പേടിക്കാരിയായിരുന്നു ഞാൻ. അതിനെക്കുറിച്ച് ബാംബൂ ഗോസ്റ്റ് എന്ന കഥയിൽ ഞാൻ വിവരിച്ചിട്ടുണ്ട്. ഇപ്പോഴും പേടിക്ക് കുറവൊന്നുമില്ല കേട്ടോ. ഭൂതങ്ങളെ കൂടാതെ അന്നെന്നെ പേടിപ്പിച്ചിരുന്നത് നാട്ടിൻ പുറങ്ങളിൽ ഇടയ്ക്കിടെ കാണപ്പെട്ടിരുന്ന കോമരമായിരുന്നു. ഇന്ന് കോമരങ്ങൾ അത്ര സുലഭമല്ല. എന്റെ കുട്ടികൾ കോമരത്തെ കണ്ടിട്ടില്ല സിനിമയിലൊഴികെ. അതുകൊണ്ട് തന്നെ എന്റെ കോമരക്കഥകൾ അവർക്ക് വലിയ ഇഷ്ടമാണ്.

പറഞ്ഞു വന്നത് എന്റെ കോമരപ്പേടിയെ കുറിച്ചാണല്ലോ. കടുംചുവപ്പു പട്ട് ചുറ്റി, കിലുങ്ങുന്ന അരമണികളും കാൽചിലമ്പും അണിഞ്ഞ് പള്ളിവാളേന്തി, നീണ്ട മുടിയഴിച്ചിട്ട്, രൗദ്ര ഭാവത്തോടെ തുള്ളിയുറയുന്ന കോമരങ്ങൾ അക്കാലത്ത് എന്റെ ഉറക്കം കളഞ്ഞിരുന്നു. അമ്മയുടെ കൈയുംപിടിച്ച് കൂട്ടുകാരോടൊപ്പം ഗ്രാമത്തിലെ അമ്പലത്തിൽ ഉത്സവം കാണാൻ പോകാറുണ്ടായിരുന്നു അന്നൊക്കെ ഞാൻ. കുപ്പിവളയും കൺമഷിയും ചാന്തും വാങ്ങി ഉത്സവപ്പറമ്പിൽ കറങ്ങി നടക്കാൻ എന്തിഷ്ടമായിരുന്നെന്നോ..! കൊയ്ത്ത് കഴിഞ്ഞ പാടത്ത് പൂഴിമണ്ണിൽ കടലാസ്സ് വിരിച്ചിരുന്ന് കൂട്ടുകാരോടൊപ്പം ബാലെയും നൃത്ത പരിപാടികളും കൗതുകത്തോടെ കണ്ടിരുന്നു. എന്നാലോ, കാൽച്ചിലമ്പുകളുടെ കനത്ത കിലുക്കം കേൾക്കുമ്പോൾ കോമരത്തിന് നേരെ ഒന്നു നോക്കാൻപോലും കരുത്തില്ലാതെ അമ്മയുടെ സാരിത്തുമ്പിൽ ഞാൻ മുഖമൊളിപ്പിക്കാറായിരുന്നു പതിവ്.

അന്നൊക്കെ ഉത്സവ കാലമാകുമ്പോൾ കോമരങ്ങൾ പരിവാരങ്ങളൊപ്പം വീടുകൾ സന്ദർശിച്ചിരുന്നു. അതിന് ആരും ജാതിയോ മതമോ നോക്കിയിരുന്നില്ല. അഹിന്ദുക്കൾ ആയിരുന്നിട്ടും അവർ ഞങ്ങളുടെ വീട്ടിൽ പതിവായി എത്താറുണ്ടായിരുന്നു. മതസൗഹാർദ്ദത്തിന്റെ ഉത്തമമാതൃക. ക്രിസ്തുമസ് കരോളുമായി ക്രിസ്ത്യാനികൾ മറ്റു മതക്കാരുടെ വീടുകളും സന്ദർശിക്കാറുണ്ടായിരുന്നു. മതവൈരവും ജാതിസ്പർദ്ധയും അക്കാലത്ത് നിഷ്കളങ്കരായ ഗ്രാമീ

ണജനങ്ങളുടെ മനസ്സിൽ കൊടികുത്തിവാണിരുന്നില്ല. അതോർക്കുമ്പോൾ ഇപ്പോൾ എനിക്ക് വളരെ സന്തോഷമുണ്ട്, അഭിമാനമുണ്ട്, വെളിച്ചപ്പാടുകളോട് അളവറ്റ ബഹുമാനവും! എന്നാൽ അന്ന് കോമരത്തിന്റെ വീടുസന്ദർശനം എന്നിൽ യാതൊരു സന്തോഷവും ഉളവാക്കിയിരുന്നില്ല. മാത്രമല്ല, ഇവർക്ക് ഹിന്ദുക്കളുടെ വീടുകളിൽ പോയാൽപോരേ, ഒന്നാന്തരം സത്യക്രിസ്ത്യാനിയായ എന്റെ വീട്ടിൽ വരേണ്ട വല്ലകാര്യവുമുണ്ടോ എന്നുപോലും ഞാൻ മനസ്സിൽ കരുതിയിരുന്നു. കോമരവും കൂട്ടാളികളും വീടിന് മുൻപിലുള്ള ഇടവഴിയിലൂടെ വരുന്നു എന്നുള്ള വിവരം കിട്ടുന്ന ക്ഷണത്തിൽ തന്നെ വീടിനോട് ചേർന്നുള്ള ചായ്പ്പിന്റെ ഇരുണ്ട കോണിൽ ഞാൻ എന്നെത്തന്നെ സുരക്ഷിതയാക്കി. നട്ടുച്ചയ്ക്കുപോലും സൂര്യപ്രകാശം കടന്നുവരാത്ത ആ മുറിയിൽനിന്നും കോമരമല്ല, സാക്ഷാൽ ദൈവത്തിനുപോലും എന്നെ കണ്ട് പിടിക്കാൻ പ്രയാസമാകും എന്നെനിക്ക് ഉറപ്പായിരുന്നു. അത്രക്കും ഇരുട്ടായിരുന്നു അവിടെ. (ക്രിസ്തുമസ് രാവിൽ കരോളിനൊപ്പം കൊട്ടും പാട്ടുമായി വന്നിരുന്ന സാന്റാക്ലോസിന്റെ കണ്ണിൽപ്പെടാതിരിക്കാൻ ഞാൻ ഒളിച്ചിരുന്നതും ഇതേ മുറിയിൽ തന്നെയായിരുന്നു.) മുറ്റത്ത്, നേരിയ സ്വരത്തിൽ മന്ത്രങ്ങളുരുവിട്ട് വാൾ കിലുക്കി കോമരം നിൽക്കുമ്പോൾ പരിവാരങ്ങളിൽ ഒരാളുടെ കയ്യിലുള്ള ചെറിയ പറയിലേക്ക് അമ്മ അരിയും പണവും ഇട്ടുകൊടുക്കുന്നത് ചായ്പിന്റെ ചെറിയ ചതുര വിടവിലൂടെ ഞാൻ നോക്കിക്കണ്ടു. കോമരവും കൂട്ടാളികളും ദൂരെയായി എന്ന് ഉറപ്പായതിന് ശേഷം മാത്രമേ ആ അറയിൽ നിന്നും ഞാൻ പുറത്തിറങ്ങിയിരുന്നുള്ളു.

ഞാൻ മൂന്നാംതരത്തിൽ പഠിക്കുന്ന കാലം. സ്കൂളിലേക്ക് പോകാൻ ഞങ്ങൾ ഒരു കുട്ടിക്കൂട്ടംതന്നെ ഉണ്ടായിരുന്നു. എന്റെ ഏട്ടനായിരുന്നു കുട്ടികളുടെ നേതാവ്. അങ്ങനെ ഒരു ദിവസം രാവിലെ സ്കൂളിലേക്ക് പോകുമ്പോൾ എന്തോ കാരണത്താൽ ഞാൻ എല്ലാവരുമായി പിണങ്ങി. കൂട്ടത്തിൽ നിന്നുമാറി, മുഖം വീർപ്പിച്ച് ഞാൻ ഒറ്റക്ക് നടന്നു. അവരെല്ലാവരും ഒരു ഇടവഴിയിലൂടെ സ്കൂളിലേക്കുള്ള കുറുക്ക് വഴി പിടിച്ചപ്പോൾ ഞാൻ കുറുമ്പ് കുത്തി നേരെയുള്ള ചെമ്മൺ പാതയിലൂടെ വച്ചുപിടിച്ചു. ഏട്ടന്റെ പിൻവിളി ഞാൻ വകവെച്ചതേയില്ല.

അങ്ങനെ, കാൽച്ചുവട്ടിലെ മണ്ണളന്ന് മുന്നോട്ട് നീങ്ങുമ്പോൾ എങ്ങുനിന്നോ പൊടുന്നനെ ഒരു കിലുക്കം എന്റെ കാതിൽ വന്നു വീണു. ഞെട്ടി തല ഉയർത്തി നോക്കുമ്പോൾ അല്പം മുന്നിലായി എന്റെ നേർക്ക് നടന്നുവരികയാണ് ഫുൾ യൂണിഫോമിൽ ഒരു കിടിലൻ കോമരം. എന്റെ തലച്ചോറിൽ ഒരു ബോംബ് പൊട്ടി. സപ്തനാഡികളും തളർന്നു. ഥാർ മരുഭൂമിയിലെ ചുട്ടുപഴുത്ത ഒരു മൺതിട്ടയിലാണ് ഞാൻ നിൽക്കുന്നത് എന്ന് തോന്നി. അകം പുറം ഒരുപോലെ ചൂട്. കോമരം താളത്തിൽ നടന്നു മുന്നോട്ട് വരികയാണ്. എന്തു ചെയ്യണം എന്നറിയാതെ അന്തിച്ചു നിൽക്കുമ്പോൾ പാതയോരത്തുള്ള ഒരു വീട് കണ്ണിൽപ്പെട്ടു. അത് എന്റെ ഒരു ബന്ധുവിന്റെ വീടായിരുന്നു. മറ്റൊന്നും ചിന്തിക്കാൻ നിൽക്കാതെ ശരംപോലെ അങ്ങോട്ട് കുതിച്ചു. ഇളംതിണ്ട് ചാടിക്കയറി അടഞ്ഞുകിടന്ന മുൻവാതിലിൽ ആഞ്ഞുതള്ളി. തുറന്നില്ല. അത് വലിയ താഴിട്ട് പൂട്ടിയിരിക്കയായിരുന്നു. അവിടുള്ളവർ വീടുമാറിപ്പോയ വിവരം അപ്പോഴാണ് ഓർത്തത്. എന്തു ചെയ്യും? ആലോചിച്ചു നിൽക്കാൻ സമയമില്ല. കോമരം കയ്യിലിരിക്കുന്ന കൊടുവാൾ കൊണ്ട് എന്റെ തല പിളർക്കുന്നതിന് മുൻപ് എന്തെങ്കിലും ചെയ്തേ തീരൂ. സമയം കളയാതെ വീടിന്റെ അരഭിത്തിക്കു പിന്നിലേക്ക് ഞാൻ ഇരുന്നു. അല്ലാ, വീഴുകയായിരുന്നു. തല ആവുന്നത്ര കുനിച്ച്, ശരീരം കഴിയുന്നത്ര വളച്ച് ആ ഇളംഭിത്തിക്ക് പിന്നിൽ ഞാൻ കൂനിക്കൂടിയിരുന്നു. ഹൃദയം പെരുമ്പറ മുഴങ്ങുന്നതുപോലെ ഇടിച്ചുകൊണ്ടിരുന്നു. ഒരുവേള അത് വാരിയെല്ലുകൾ ഭേദിച്ച് പുറത്തുചാടിയേക്കും എന്നുവരെ എനിക്ക് തോന്നി. ചിലമ്പുകളുടെ ശബ്ദം അടുത്തെത്തുകയാണ്. ഞാൻ കണ്ണുകൾ ഇറുക്കിയടച്ചു. അടുത്തനിമിഷം ആ കൊടുവാൾ എന്റെ ശിരസ്സിൽ പതിക്കും. അതിനെ രണ്ടായി പിളർക്കും. എന്നിട്ട് മുറിവിലേയ്ക്ക് മഞ്ഞൾപ്പൊടിയും കുങ്കുമവും വാരി വിതറും. ഞാൻ വേദനിച്ചു വേദനിച്ചു മരിക്കും. (ഈ അറിവുകൾ ഒക്കെ എന്റെ ഏട്ടനിൽ നിന്നും കിട്ടിയതാണ്. കുട്ടിയായിരിക്കെ എന്നെ പേടിപ്പിക്കാനുള്ള എല്ലാ മുറിവൈദ്യവും ഈ മിടുക്കൻ മന:പാഠമാക്കിയിരുന്നു. ഇദ്ദേഹത്തിന്റെ പ്രധാന നേരംപോക്കും അതുതന്നെ ആയിരുന്നു.)

എത്ര നേരം അങ്ങനെ ഇരുന്നുവെന്നറിയില്ല. ബോധമണ്ഡലത്തിലേക്ക് തിരികെയെത്തിയപ്പോൾ അരമണികളുടെ കിലുക്കം കേൾപ്പാനുണ്ടായിരുന്നില്ല. പതിയെ തലയുയർത്തി ഇളംതിണ്ടിനപ്പുറം നോക്കുമ്പോൾ വെളിച്ചപ്പാട് ദൂരെ എത്തിയിരുന്നു. ദീർഘശ്വാസം വിട്ടുകൊണ്ട് അവിടെനിന്നും എഴുന്നേറ്റ് മുറ്റത്തേക്കിറങ്ങി. നടക്കാൻ ശേഷിയുണ്ടായിരുന്നില്ല. കാലുകളുടെ ബലം നഷ്ടപ്പെട്ടിരുന്നു. എന്തായാലും വിറയ്ക്കുന്ന കാലുകൾ നീട്ടിവെച്ച് സ്കൂളിൽ എത്തിയപ്പോൾ കൂട്ടുകാരുടെ വക പരിഹാസച്ചിരി. അവരോടെതിർക്കാൻ നിൽക്കാതെ, എന്തിന് ഉരിയാടാൻ പോലും

കെൽപ്പില്ലാതെ ക്ലാസ്സിൽ കടന്നു സ്വസ്ഥാനത്ത് തലയും കുമ്പിട്ടിരുന്നു. എന്നെ ഈ നിലയിലാക്കിയ മനഃസാക്ഷിയില്ലാത്ത ആ കോമരം ഇതിനോടകം സ്കൂളിനടുത്തുള്ള കുറുപ്പേട്ടന്റെ വീട്ടിൽ എത്തിച്ചേർന്നിരുന്നു. അവിടെ നിന്നുള്ള ശബ്ദവും മറ്റും കേട്ട് കോമരപ്രേമികളായ ചില കുട്ടികൾ കൂടെക്കൂടെ ജനലിലൂടെ എത്തി നോക്കിക്കൊണ്ടിരുന്നു. മുട്ടൻ പണി കിട്ടി ഇരിക്കുകയായിരുന്ന ഞാൻ ആ ഭാഗത്തേക്ക് ശ്രദ്ധിക്കുകപോലും ചെയ്യാതെ പഠിത്തത്തിൽ മാത്രം മുഴുകി അവശമായ മനസ്സോടും ശരീരത്തോടും കൂടി അന്നത്തെ ദിവസം കഴിച്ചുകൂട്ടി. പിന്നീട്, മുതിരുംവരെ ഏട്ടന്റെയോ മറ്റു കൂട്ടുകാരോടൊപ്പമോ അല്ലാതെ ആ മൺപാതകൾ ഞാൻ താണ്ടിയിട്ടില്ല.

വർഷങ്ങൾ എത്രയോ കഴിഞ്ഞുപോയി. എത്ര കാതങ്ങൾ യാത്ര ചെയ്തു. എങ്കിലും ചെമ്പരത്തിയും മൈലാഞ്ചിയും പൂത്തുനിൽക്കുന്ന ആ മൺപാതയും ചുവന്ന പട്ടുചുറ്റിയ വെളിച്ചപ്പാടും ഇന്നും ഓർമ്മകൾക്ക് ഉത്സവം തന്നെ!

5. വേശ്യയുടെ പുല്ലിംഗം

കുറച്ചു വർഷങ്ങൾക്കു മുൻപാണ്..

'നിന്റെ അമ്മ ഒരു വേശ്യയല്ലേ' എന്നുള്ള പ്രതിനായക ചോദ്യത്തിന് 'ഒരു വേശ്യയുടെ മകനായി ജനിച്ചതിൽ ഞാൻ അഭിമാനിക്കുന്നു' എന്ന നായകന്റെ മറുപടിയോടെയാണ് സംഭവങ്ങളുടെ തുടക്കം. 'വേശ്യ' എന്ന പദം ആദ്യതവണ ഉച്ചരിക്കപ്പെട്ടപ്പോൾതന്നെ ഞാൻ അപകടം മണത്തു. ചുറ്റുപാടുകളെക്കുറിച്ച് യാതൊരു അവബോധവുമില്ലാതെ മുന്നിലെ ചതുരപ്പെട്ടിയിലേക്ക് കണ്ണും, കാതും, മനസ്സുമർപ്പിച്ച് ഏകാഗ്രതയോടെ കുത്തിയിരിപ്പുണ്ട് എന്റെ രണ്ടു കുട്ടിപ്പതിപ്പുകൾ. കാണുന്നതെന്തിനെ കുറിച്ചും സംശയമുന്നയിക്കുന്ന പ്രായം..! എന്റെ പ്രതീക്ഷ തെറ്റിയില്ല.

മൂത്തവൾ കുണുങ്ങിക്കുണുങ്ങി അടുത്തെത്തി. ചോദ്യം എന്തായിരിക്കുമെന്ന് എനിക്കേതാണ്ടുറപ്പായിരുന്നു.

''അമ്മേ ഈ വേശീന്ന് വെച്ചാ എന്താ?''

''വേശി അല്ല മോളൂ, വേശ്യ..''

മാതൃഭാഷയിലുള്ള, പുത്രിയുടെ അപരിജ്ഞാനം കാരണം തെറ്റായി ഉച്ചരിച്ച വാക്ക് ഞാൻ തിരുത്തിക്കൊടുത്തു.

''ങ്ഹാ, അതിന്റെ അർത്ഥമെന്താ..?''

മറുപടി പറയാൻ ഞാനിത്തിരി വൈകി. അദ്ധ്യാപികയാണ്, എങ്കിലും തനി മൂരാച്ചിയായ അമ്മയാണ് ഞാൻ. 'പറയാൻ കൊള്ളാത്ത' ഇത്തരം കാര്യങ്ങളൊക്കെ പടിക്ക് പുറത്തുനിർത്തുക എന്നുള്ള വികലമായ സങ്കല്പം എന്റെ തലച്ചോറിലും കുടിയിരുന്നിരുന്നു. ഒരു യാഥാസ്ഥിതിക കുടുംബത്തിൽ ജനിച്ചു വളർന്നതിന്റെ കുഴപ്പമായിരിക്കാം. ഹൈസ്കൂളിൽ പഠിക്കുന്ന സമയത്ത് ഒരു കൂട്ടുകാരിയുടെ കൈയ്യിൽ നിന്നും കിട്ടിയ 'നാന' സിനിമാമാസിക വീട്ടിൽ കൊണ്ടുവന്നതിന് കേട്ട ചീത്തക്ക് കണ

ക്കില്ല. ഒരു നാന പോലും അസഭ്യതയുടെ പര്യായമായി കണക്കാക്കപ്പെട്ടിരുന്ന കാലമായിരുന്നു അത്. ഇന്നത്തെ കുട്ടികൾക്ക് അന്നത്തേതിന്റെ പത്തിരട്ടി സാധ്യതകളാണ് വിരൽതുമ്പിലുള്ളത്. അതെന്തൊക്കെത്തന്നെയായാലും ഇപ്പോൾ, ഇവിടെ ഉത്തരത്തിനായി കാത്തുനിൽക്കുന്ന വിജ്ഞാന കുതുകിക്ക് മറുപടി നൽകിയേ മതിയാവൂ. ഉത്തരം നൽകുന്നതും സൂക്ഷിച്ചു വേണം. പറയുന്ന വാക്കിൽ എന്തെങ്കിലും ലൂപ് ഹോൾ ഉണ്ടായാൽ പിന്നെ അതിൽപ്പിടിച്ചു കയറും. ഒട്ടൊരു നിമിഷത്തെ ആലോചനയ്ക്കു

ശേഷം ഞാൻ മറുപടി കൊടുത്തു.

''വേശ്യ എന്നാൽ ചീത്തക്കാര്യങ്ങൾ ചെയ്യുന്ന സ്ത്രീ.''

'ഈ ചീത്തക്കാര്യങ്ങൾന്നു വച്ചാലെന്താ?' എന്ന് മറ്റൊരു ചോദ്യം കൂടി പ്രതീക്ഷിച്ചെങ്കിലും ഭാഗ്യത്തിന് അതുണ്ടായില്ല. ആലോചനാനിമഗ്നയായവൾ സ്വന്തം ഇരിപ്പിടത്തിലേക്ക് മടങ്ങി ബദ്ധശ്രദ്ധയായി ടി വി കാണുന്ന ജോലി തുടർന്നു.

എനിക്കെന്നെക്കുറിച്ച് ചെറുതല്ലാത്ത അഭിമാനം തോന്നി. വളരെ സങ്കീർണ്ണമായൊരു വിഷയം ശ്രദ്ധാപൂർവ്വം, വേണ്ടവിധം കൈകാര്യം ചെയ്തിരിക്കുന്നു. തൊട്ടപ്പുറത്തിരുന്ന രണ്ടാമത്തെ കുട്ടികുതൂഹലത്തെ ഞാനൊന്നു പാളിനോക്കി. മൂത്തയാൾ സംശയം ചോദിച്ച സ്ഥിതിക്ക് താനെന്തെങ്കിലും ചോദിച്ചില്ലെങ്കിൽ മോശമാവുമോ എന്ന ചിന്തയാൽ തെല്ലുനേരം അന്തംവിട്ടിരുന്ന ശേഷം രണ്ടുംകല്പിച്ചെന്നപോലെ അടുത്തേക്ക് വന്നു. അടുത്ത സംശയനിവാരണത്തിനായി ഞാൻ തയ്യാറെടുത്തു. എന്തെങ്കിലും കുനിഷ്ട് പിടിച്ച ചോദ്യമായിരിക്കും എന്ന കാര്യത്തിൽ എനിക്കൊട്ടും സംശയമുണ്ടായിരുന്നില്ല. കാരണം മക്കൾ എന്റേതാണല്ലോ.

''അപ്പോ ചീത്തക്കാര്യങ്ങൾ ചെയ്യുന്ന ആണുങ്ങളെ എന്താ വിളിക്ക്യാ?''

എനിക്ക് ചെറുതായിട്ടൊരു തളർച്ച അനുഭവപ്പെട്ടു. എന്തുത്തരമാണ് പറയുക? ചീത്തക്കാര്യങ്ങൾ ചെയ്യുന്ന പെണ്ണുങ്ങൾ വേശ്യകളെന്നറിഞ്ഞപ്പോൾ അതേ കാര്യങ്ങൾ ചെയ്യുന്ന പുരുഷന്മാർക്കുള്ള പേരെന്താണെന്നാണ് ചോദ്യം. അതായത് വേശ്യ എന്ന വാക്കിന്റെ പുല്ലിംഗം. അതാണല്ലോ മകൾ ചോദിച്ചതിന്റെ ചുരുക്കം. എനിക്കൊരെത്തുംപിടിയും കിട്ടിയില്ല. അന്നേരം എന്നോട് ചേർന്നുകിടന്നു മയങ്ങാൻ തയ്യാറെടുക്കുന്ന ഇളയവൻ ചെറുതായൊന്നു കുറുകി. വീണുകിട്ടിയ കച്ചിത്തുരുമ്പിൽ കയറിപ്പിടിച്ച് തല്ക്കാലം രക്ഷപെടാൻതന്നെ ഞാൻ തീരുമാനിച്ചു.

''കുഞ്ഞുറങ്ങുന്നത് കണ്ടില്ലേ..? അവനെ ഉണർത്തല്ലേ, അവിടെപ്പോയിരിക്കൂ.''

ഞാൻ മകളോട് തട്ടിക്കയറി. കുഞ്ഞുകുതുകിയുടെ മുഖം വാടി.

''അല്ലെങ്കിലും ചേച്ചിയുടെ ചോദ്യങ്ങൾക്കേ അമ്മ ഉത്തരം നൽകൂ'' എന്ന പരിഭവം ചുണ്ടുകളിൽ ഒട്ടിച്ചുവച്ച് തിരിഞ്ഞ കു

ഞ്ഞിനോട് എനിക്ക് സഹതാപം തോന്നി. അമ്മയ്ക്കുത്തരമറിയില്ലെന്ന്, അല്ലെങ്കിൽ അങ്ങനെയൊരു വാക്കില്ലെന്ന് മകളോട് പറയുന്നത് ഉചിതമാവുമോ? എന്തുകൊണ്ടാണ് അങ്ങിനെയൊരു വാക്ക് നിലവിലില്ലാത്തത് എന്നാവില്ലേ അടുത്ത ചോദ്യം. എന്തായാലും അന്വേഷണം തല്ക്കാലത്തേക്ക് നിർത്തിവച്ച് മോൾ മടങ്ങി. സ്വസ്ഥാനത്തിരുന്ന് ടിവി കാണുന്ന ജോലി പുനരാരംഭിച്ചു. എനിക്ക് ചിരിവന്നു. സിനിമയും കാർട്ടൂണും കാണുമ്പോഴുള്ളൊരു ശ്രദ്ധയും ആത്മാർത്ഥതയും..!

മുൻപൊരിക്കൽ 'ഭൂമികുലുക്കം വരുന്നേ, ഓടിക്കോ'ന്ന് പറഞ്ഞപ്പോ'ഇപ്പൊ വരാം, ഈ ഡോറയൊന്നു കഴിഞ്ഞോട്ടെ' എന്ന് പറഞ്ഞ കക്ഷിയാണ്. ഇക്കാണിക്കുന്ന സത്യസന്ധതയുടെ പാതിയെങ്കിലും പഠിത്തത്തിന്റെ കാര്യത്തിലുണ്ടായിരുന്നെങ്കിലെന്ന് ഞാൻ വൃഥാ ആശിച്ചുപോയി.

കുട്ടികളെ നിശബ്ദരാക്കിയെങ്കിലും മനസ് അശാന്തമായിരുന്നു. മക്കളുടെ സംശയനിവാരണം നടത്താൻ കഴിയാതിരുന്നത് മാത്രമല്ല എന്നെ അലട്ടിയത്, വേശ്യയുടെ പുല്ലിംഗം എന്തായിരിക്കുമെന്നതിനെക്കുറിച്ച് ഇന്നേവരെ ആലോചിച്ചിട്ടു കൂടിയില്ല. 'ചൈൽഡ് ഈസ് ദ ഫാദർ ഓഫ് മാൻ' എന്ന് വില്യം വേർഡ്സ്വർത് പണ്ട് പറഞ്ഞത് ഈയൊരർത്ഥത്തിൽ എടുക്കാമെന്ന് എനിക്ക് പലപ്പോഴും തോന്നിയിട്ടുണ്ട്. പല കാര്യങ്ങളും നമ്മെ പഠിപ്പിക്കുന്നതും ആഴത്തിൽ ചിന്തിക്കാൻ പ്രേരിപ്പിക്കുന്നതും കുട്ടികളാണ്.

വർഷങ്ങൾക്കുമുമ്പ്, വിദ്യാർത്ഥിയായിരുന്ന കാലത്ത് ഏതോ മാസികയിൽ വായിച്ച 'കന്യകയുടെ പുല്ലിംഗം' എന്ന കഥ ഓർമ്മ വരുന്നു. കന്യക എന്ന വാക്കിന്റെ എതിർലിംഗം അന്വേഷിച്ചു നടക്കുന്ന ഒരു കൊച്ചു പെൺകുട്ടിയുടെ കഥയായിരുന്നു അത്. കഥാകാരിയുടെ പേര് കൃത്യമായി ഓർത്തെടുക്കാൻ ഇപ്പോൾ കഴിയുന്നില്ല. എങ്കിലും അക്കാലത്ത് പെണ്ണെഴുത്ത് എന്ന മേഖലയിലേക്ക് ഉയർന്നു വന്ന ഒരു പ്രധാന എഴുത്തുകാരി തന്നെയായിരുന്നു അത് എന്ന കാര്യത്തിൽ സംശയമില്ല. വർഷങ്ങളെത്ര കഴിഞ്ഞിട്ടും ആ കഥയുടെ ഉള്ളടക്കം ഇന്നും മനസ്സിൽ നിലനിൽക്കുന്നത് കഥയുടെ പുതുമയേറിയ പ്രമേയവും ആ വിഷയത്തോട് എഴുത്തുകാരി കാണിച്ച ആത്മാർത്ഥതയും കൊണ്ടു തന്നെയാണ്.

ലോകത്തിലെത്തന്നെ ഏറ്റവും പ്രാചീനമായ തൊഴിലുകളിൽ ഒന്നാണത്രേ വേശ്യാവൃത്തി. അതായത് ലോകാരംഭം മുതൽക്കു തന്നെ വേശ്യകളുമുണ്ട്. എന്നാൽ അവർക്കൊപ്പം വേശ്യാവൃത്തിയിൽ ഏർപ്പെടുന്ന പുരുഷന്മാർക്ക് പേരില്ല. എന്തിനും ഏതിനും ഉത്തരം തരുന്ന മി. ഗൂഗിൾ പോലും പുല്ലിംഗമില്ലാത്ത പദമാണ് വേശ്യ എന്ന് പറഞ്ഞ് ഒഴിഞ്ഞു മാറുന്നു. പുരാതനഭാരതത്തിൽ വേശ്യാവൃത്തി പുണ്യമായി കണക്കാക്കപ്പെട്ടിരുന്നു എന്ന് പറയപ്പെടുന്നു. മലയാള നിഘണ്ടു കുലട, ഗണിക എന്നൊക്കെ വേശ്യയെ മറുപേരിട്ട് വിളിക്കുന്നു. എന്നാൽ ഒരു സ്ത്രീക്ക് തനിച്ച് വേശ്യയാവാൻ കഴിയില്ല എന്ന് എല്ലാവർക്കുമറിയാം. സ്ത്രീ ചെയ്യുന്ന തെറ്റ് അതേ അനുപാതത്തിൽ ആവർത്തിക്കുന്ന ഒരു പുരുഷനുമുണ്ടാവുമല്ലോ അവൾക്കൊപ്പം. അങ്ങനെയെങ്കിൽ ആ പുരുഷനെ വിളിക്കേണ്ട പേരെന്താണ്? സ്ത്രീക്ക് നൽകപ്പെട്ടിരിക്കുന്നതുപോലെ അപമാനപട്ടങ്ങളൊന്നും പുരുഷന് നൽകപ്പെടാത്തത് എന്തുകൊണ്ടാണ്? അനാദികാലംമുതൽ പുരുഷന് ചാർത്തിക്കൊടുക്കപ്പെട്ടിട്ടുള്ള മേൽക്കോയ്മയുടെ മറ്റൊരു മുഖം. തികഞ്ഞ അനീതിയല്ലാതെ മറ്റെന്താണത്?

നിശബ്ദരായിരുന്നു സിനിമ കാണുന്ന മക്കളെ ഞാൻ അനുകമ്പയോടെ നോക്കി. അവർ വളരുമ്പോൾ, മനസ്സിലാക്കാനുള്ള പ്രായമെത്തുമ്പോൾ ഇക്കാര്യങ്ങളെല്ലാം പറഞ്ഞു മനസ്സിലാക്കണമെന്ന് ഞാൻ നിശ്ചയിച്ചു. എല്ലാം കണ്ടും കേട്ടും മനസ്സിലാക്കിയും അവർ വളരട്ടെ. അതുവരെ നിഷ്കളങ്കമായ ചിറകുകൾ വീശി അതിരുകളില്ലാത്ത സ്വപ്നവിഹായസ്സിൽ വിഹരിക്കട്ടെ...!

●

6. നിലിംബ പുരാണം

നിലമ്പൂർ...

ഞാൻ പിറന്ന നാട്. അതുകൊണ്ടു തന്നെ എന്റെ പ്രിയ നാട്. കുന്നും മലകളും, തോടും പുഴകളും ധാരാളമുള്ള, ചാലിയാറിന്റെ കളകളം കേട്ടുറങ്ങിയുണരുന്ന മനോഹര നാട്.. നിലമ്പൂർ എന്ന് കേൾക്കുമ്പോൾ തന്നെ മനസിലേയ്ക്ക് ഓടിവരിക തേക്കിൻ കാടുകളും നിലമ്പൂർ കോവിലകവുമായിരിക്കും. ഏഷ്യയിലെ തന്നെ ഏറ്റവും വലിയ മനുഷ്യ നിർമ്മിതമായ തേക്കിൻ തോട്ടം നിലമ്പൂരിൽ ആണുള്ളത്. ലോകത്തിലെ തന്നെ ആദ്യത്തെ തേക്ക് മ്യൂസിയവും നിലമ്പൂരിന് സ്വന്തം. നിലമ്പൂരിന്റ യശ്ശസ് ഉയർത്തുന്ന മറ്റൊരു സംഗതി നിലമ്പൂർ കോവിലകമാണ്. നിലമ്പൂരിന്റെ ചരിത്രത്തിൽ ഈ പുരാതന കോവിലകത്തിന് വലിയ പ്രാധാന്യമാണുള്ളത്. ഓരോ നിലമ്പൂർ നിവാസിയും അഭിമാനത്തോടെ നെഞ്ചിലേറ്റുന്നുണ്ടാവും ഈ പുരാതന രാജകീയ പാരമ്പര്യം.

കുട്ടിയായിരിക്കുമ്പോൾ തന്നെ ഈ കോവിലക സമുച്ചയം എന്റെ സ്വപ്ന ഭൂമിയായിരുന്നു. അന്ന്, ഇടവകപ്പള്ളിയിലെ പെരുന്നാൾ കഴിഞ്ഞാൽ പിന്നെ ഞങ്ങൾക്കുള്ള ഉത്സവമാണ് നിലമ്പൂർ പാട്ട്. വലിയ കളം പാട്ട് എന്നാണ് ഇതിനു പറയുക. ഇത് ഇന്നും, ജാതിമത ഭേദമെന്യേ നിലമ്പൂർ വാസികൾക്ക് വലിയൊരു ഉത്സവം തന്നെ.

ചെറുപ്പത്തിൽ എല്ലാവർഷവും മുടങ്ങാതെ പാട്ട് കൂടാൻ കുടുംബാംഗങ്ങൾക്കൊപ്പം ഞാനും പോവാറുണ്ടായിരുന്നു. അന്ന്, ഒരു കൈയിൽ വലിയ പ്ലാസ്റ്റിക് പാവയുമായി, മറുകൈ കൊണ്ട് വല്യപ്പച്ചന്റെ കൈയും പിടിച്ച് ഈ പുരാതന രാജവീഥിയിലൂടെ നടക്കുക എന്നത് എനിക്ക് വലിയ സന്തോഷമായിരുന്നു. പൊതുവെ സ്വപ്നജീവിയായിരുന്ന ഞാൻ, തുടർന്നു വരുന്ന രാത്രികളിൽ, രഥചക്രമുരുളുന്ന ഈ രാജവീഥികളും, ആഡംബര പൂർണ്ണമായ

കോവിലകങ്ങളുടെ അകത്തളങ്ങളിൽ ഊണും കഴിഞ്ഞ്, നാലും കൂട്ടി മുറുക്കിക്കൊണ്ട് അങ്ങുമിങ്ങും ഉലാത്തുന്ന വെളുത്തു തുടുത്ത തമ്പുരാക്കൻമാരെയും, വെളുത്തു മെലിഞ്ഞ്, ചുരുൾ മുടിയിൽ തുളസിക്കതിർ ചൂടിയ, ചന്ദനത്തിന്റെ നിറവും മണവുമുള്ള തമ്പുരാട്ടിമാരെയും സ്വപ്നം കണ്ടിരുന്നു.

ഏതാണ്ട് പതിമൂന്നാം നൂറ്റാണ്ടിന്റെ അവസാനത്തിൽ, കോഴിക്കോട് സാമൂതിരി, തന്റെ അധീനതയിലുള്ള നിലമ്പൂർ ഭാഗത്തെ സ്വത്തുക്കളുടെ ചുമതല കൂടൽമണ്ണ, തച്ചിറക്കാവ് കുടുംബങ്ങളെ

ഏല്പിച്ചു. ഇവർ നിലമ്പൂരിൽ വന്നു താമസമാക്കുകയും പിന്നീട് ഇവരുടെ തറവാട് നിലമ്പൂർ കോവിലകം എന്ന പേരിൽ അറിയപ്പെടുകയും ചെയ്തു. അങ്ങനെ നിലമ്പൂർ മുതൽ ഗൂഡല്ലൂർ വരെ പരന്നു കിടക്കുന്ന അളവറ്റ ഭൂസ്വത്തിന്റെ ഉടമകളായി ഇക്കൂട്ടർ. കോവിലകത്തെ പുരുഷന്മാർക്ക് തിരുമുല്പാട് എന്നും സ്ത്രീകൾക്ക് തമ്പാട്ടി എന്നും സ്ഥാനം കൽപ്പിച്ചു നൽകപ്പെട്ടു. അങ്ങനെ, നിലമ്പൂരിലെ നാടുവാഴിയും ജനങ്ങളുടെ സംരക്ഷകരും ആയി ഇവർ മാറി. മുന്നൂറു വർഷത്തോളം പഴക്കമുണ്ട് ഈ കോവിലകത്തിനും ഇവിടുത്തെ തലമുറകൾക്കും. ഒരു കാലത്ത്, ഒരു ലക്ഷം ഏക്കറിൽ കവിഞ്ഞ ഭൂസ്വത്തും, എഴുപത്തിരണ്ട് ആനകളും കോവിലകത്തിന് സ്വന്തമായി ഉണ്ടായിരുന്നുവത്രേ. ഗുരുവായൂർ കേശവൻ എന്ന് പിൽക്കാലത്തു പേരുകേട്ട ഗജകേസരിയെ ഗുരുവായൂർ ക്ഷേത്രത്തിൽ നടയ്ക്കുവെച്ചത് നിലമ്പൂർ കോവിലകമായിരുന്നു. നിലമ്പൂരിന്റെ വികസന വഴികളിൽ വലിയൊരു പങ്ക് കോവിലകത്തിന്റേതായുണ്ട്. മാനവേദൻ ഹൈസ്കൂൾ, താലൂക്ക് ആശുപത്രി, പോലീസ് സ്റ്റേഷൻ ഇവയെല്ലാം നിർമിച്ചു നൽകിയത് കോവിലകത്തെ തമ്പുരാക്കന്മാരായിരുന്നു. മാവൂർ റയോൺസിനായി ആയിരക്കണക്കിന് ഏക്കർ ഭൂമി വിട്ടുകൊടുത്തതും നിലമ്പൂർ കോവിലകം തന്നെ.

ഇന്നും, നൂറ്റാണ്ടുകളുടെ കഥകൾ പറഞ്ഞുകൊണ്ട് പഴമയിലും പ്രൗഢിയോടെ തലയുയർത്തി നിൽക്കുന്നുണ്ട്, നിലമ്പൂരിന്റെ ഹൃദയഭാഗത്തായി ഈ കോവിലകത്തിന്റെ പുരാതന കവാടം. കോവിലക സമുച്ചയത്തിനുള്ളിൽ ഏതാണ്ട് അറുപതോളം കുടുംബങ്ങൾ ഇന്നും താമസമുണ്ട്. കോവിലകത്തെ തറവാടായ പുതിയ കോവിലകത്താണ് ഇപ്പോഴത്തെ തലമൂത്ത കാരണവരും കുടുംബവും വസിക്കുന്നത്. രാജഭരണം അവസാനിച്ചുവെങ്കിലും പഴയ ആചാരങ്ങൾ കൈവിട്ടു കളയാതെ മുറുകെപ്പിടിക്കുന്നു ഇവരുടെ പുതുതലമുറ ഇപ്പോഴും.

നിലിംബപുരം എന്നായിരുന്നുവത്രേ നിലമ്പൂരിന്റെ പഴയ പേര്. ഇത് പിന്നീട് ലോപിച്ച് നിലമ്പൂർ ആയി തീർന്നു. അന്നും ഇന്നും നിലമ്പൂർ നിവാസികളുടെ ഏറ്റവും വലിയ ഉത്സവമാണ് നിലമ്പൂർ പാട്ടുത്സവം. നിലമ്പൂർ കോവിലകത്തിന്റ കുലക്ഷേത്രമായ വേട്ടയ്ക്കൊരു മകൻ കോവിലിലെ ഉത്സവമാണ് വലിയ കളം പാട്ട്. അർ

ജുനന് പാശുപതാസ്ത്രം സമ്മാനിക്കുന്നതിനായി പാർവതീപരമേശ്വരൻമാർ കാട്ടാളവേഷം പൂണ്ടപ്പോൾ അതിലുണ്ടായ പുത്രനാണത്രെ കിരാത മൂർത്തിയായ വേട്ടയ്ക്കൊരു മകൻ. നിലമ്പൂർ കാടുകളിലെ ആദിവാസികളുടെ ഇഷ്ടദൈവമായിരുന്ന വേട്ടയ്ക്കൊരു മകനെ, ദിവസവും കാട്ടിൽ പോയി ആരാധിച്ചിരുന്ന കോവിലകത്തെ ഒരു തമ്പുരാന്റെ അപേക്ഷപ്രകാരം ഈ മൂർത്തി കാടുവിട്ടു തമ്പുരാനോടൊപ്പം നാട്ടിലേക്ക് വന്നുവെന്നാണ് കഥ. അതോടൊപ്പം തന്നെ, കാടിന്റെ മക്കൾക്ക് അവരുടെ പ്രിയ ദേവന്റെ ദർശനത്തിനായി നാട്ടിലേക്കു വരേണ്ടതായും വന്നു. അങ്ങനെ ഉത്സവം കൊണ്ടാടപ്പെടുന്ന പത്തു ദിവസങ്ങൾ ഇവർ കാടിറങ്ങി നാട്ടിലേക്കുവരുന്നു. ആടിയും പാടിയും മതിമറന്നുല്ലസിക്കുന്നു. ഉത്സവം കൊടിയിറങ്ങിയാൽ ഒരുപാട് നല്ല ഓർമകളുമായി മലകയറി സ്വന്തം ഊരുകളിലേക്ക് മടങ്ങുന്നു.

ഇന്നിപ്പോൾ നിലമ്പൂർ എത്ര മാറിയിരിക്കുന്നു. എന്നിട്ടും കാലങ്ങളായി തുടർന്നുവരുന്ന ഈ ആചാരങ്ങൾ വലിയ മാറ്റങ്ങൾ ഒന്നുമില്ലാതെ കാത്തുസൂക്ഷിക്കുന്നുണ്ട് നിലമ്പൂർ വാസികൾ. ഓരോ വർഷവും ധനുമാസത്തിലാണ് (ജനുവരി അഞ്ച് മുതൽ പതിനഞ്ച് വരെ) പാട്ടുൽസവം അരങ്ങേറുന്നത്. ഈ ദിവസങ്ങളിൽ പരിസര പ്രദേശങ്ങളിൽ നിന്നും നാനാജാതി മതസ്ഥർ നിലമ്പൂരിലേക്ക് ഒഴുകിയെത്തുന്നു. ആഘോഷക്കാഴ്ചകളിൽ മനം നിറച്ചു തിരിച്ചുപോകുന്നു. വരും കൊല്ലത്തെ പാട്ടുത്സവം കൂടാൻ ഇടവരുത്തണേ എന്ന് ജഗദീശ്വരനോട് പ്രാർത്ഥിച്ചു കൊണ്ട്.

കൊറോണ എന്ന വില്ലൻ തകർത്തുകളഞ്ഞ, സാധാരണക്കാരായ മനുഷ്യരുടെ, അകളങ്കമായ സന്തോഷങ്ങളിലൊന്നാണ് ഞങ്ങളുടെ പാട്ടുത്സവവും. മഹാമാരി മനുഷ്യന് മുന്നിൽ തോൽക്കുന്നൊരുനാൾ വരും. അന്ന് വീണ്ടും നിലമ്പൂർ നിവാസികൾ ഒത്തുകൂടും. പാട്ടും മേളവുമുയരും. ഒപ്പം ചാലിയാറിലെ കുഞ്ഞോളങ്ങളും...

●

7. ടാല്കിങ് ടാല്കിങ്

എന്നെ വളരെയധികം സ്വാധീനിച്ചിട്ടുള്ള ഒരു പുസ്തകമാണ് 'എന്റെ സത്യാന്വേഷണ പരീക്ഷണങ്ങൾ.' വിവിധ ഭാഷകളിൽ, ലോകമെമ്പാടും ലക്ഷക്കണക്കിന് കോപ്പികൾ വിറ്റഴിഞ്ഞ മഹാ ഗ്രന്ഥമാണ് ഗാന്ധിജിയുടെ ഈ ആത്മകഥ. കറതീർന്ന സത്യസ ന്ധതയുടെ മൂർത്തീഭാവമായ ആ മഹാപുരുഷൻ തന്റെ കാഴ് ചപ്പാടുകളും ജീവിതവഴികളിൽ നേരിട്ട പരീക്ഷണങ്ങളും ആ ത്മാർത്ഥമായ ഭാഷയിൽ കോറിയിട്ടിരിക്കുന്നു ഈ ഗ്രന്ഥത്തിൽ.. മാനവിക ചരിത്രത്തിലെത്തന്നെ മഹാത്ഭുതങ്ങളിൽ ഒന്നായി അദ്ദേഹത്തിന്റെ ജീവിതത്തെ പരിഗണിയ്ക്കാവുന്നതാണ്. അക്ര മരാഹിത്യവും സത്യവും മുഖമുദ്രയാക്കിയ ആ മഹാത്മാവിന്റെ ജീവിതം മാതൃകയാക്കാൻ ഓരോ വ്യക്തിയും ശ്രമിക്കേണ്ടതാണ്. ജാതിക്കും മതത്തിനും ഭാഷയ്ക്കുമപ്പുറം മനുഷ്യരാശി ഏക മ നസ്സോടെ വസിക്കുന്ന ഒരു നല്ല നാളെയാണ് അദ്ദേഹം സ്വപ്നം കണ്ടത്. അതിനു വേണ്ടിയാണ് അദ്ദേഹം ജീവിച്ചത്..
മരിച്ചതും.!

മഹാത്മാവിന്റെ മാതൃഭാഷയായ ഗുജറാത്തിയിൽ എഴുത പ്പെട്ട ആത്മകഥ ഗുജറാത്തി ഭാഷയിൽ വായിക്കപ്പെട്ടതിലുമധികം വായിച്ചത് മലയാളികളാണ് എന്നുള്ളത് നമുക്ക് അഭിമാനിക്കാൻ വക നൽകുന്നതാണ്. ഈ പുസ്തകം തീർച്ചയായും വായിച്ചിരി ക്കണം എന്ന് എന്റെ വിദ്യാർത്ഥികളോട് എല്ലാക്കാലവും ഞാൻ ശുപാർശ ചെയ്യാറുണ്ട്. സ്വയം വായിച്ചു മനസ്സിലാക്കാനുള്ള പ്രാ യമായപ്പോൾ എന്റെ മക്കൾക്ക് ജന്മദിന സമ്മാനമായി ഞാൻ നൽകിയത് ഈ പുസ്തമായിരുന്നു. ഈ ഗ്രന്ഥം മനസ്സിരുത്തി വാ യിക്കുന്ന ഏതൊരാളും സ്വന്തം ജീവിതത്തിൽ സത്യവും നീതി യും മറന്ന് ഒരിക്കലും പ്രവർത്തിക്കുകയില്ല..

ഇതിപ്പോൾ ഇവിടെ കുറിച്ചത് എന്തിനാണെന്നല്ലേ.? പറയാം.

ഒരു സന്ധ്യാ സമയം...

t-a-l-k-i-n-g - ടാൽകിംഗ്, t-a-l-k-i-n-g - ടാൽകിംഗ്...

മകൻ അടുത്ത ദിവസത്തെ കേട്ടെഴുത്തിനുള്ള വാക്കുകൾ മനഃപാഠമാക്കുകയാണ്.

''ടാല്കിംഗ് അല്ല കുഞ്ഞൂസ്, ടോകിങ്.''

അടുക്കളയിൽ നിന്നും ഞാൻ തിരുത്തിക്കൊടുത്തു. സംഭാഷണത്തിന് ഒരു വഴി തുറന്നുകിട്ടിയ സന്തോഷത്തിൽ ബുക്കും തൂക്കിപ്പിടിച്ച് ശ്രീമാൻ നേരെ അടുക്കളയിലേക്ക്.

ഒരു അഞ്ചുവയസ്സുകാരന് കഴിയുന്ന ഭാരമാണോ അവൻ ചുമക്കുന്നത് എന്നെനിക്ക് സംശയമുണ്ട്. മൂന്നരവയസ്സിൽ സ്കൂളിൽ പോകാൻ തുടങ്ങിയ കുട്ടിയാണ്. അതിന്റെയൊരു സങ്കടം എനിക്കെപ്പോഴുമുണ്ട്. ഞാൻ സ്കൂളിൽ പോകുന്നത് അഞ്ചാം വയസ്സിലാണ്. ഒന്നാം ക്ലാസ്സിൽ മലയാളവും കണക്കും മാത്രമാണ് ഞാൻ പഠിച്ചത്. ഇംഗ്ലീഷിന്റെ ആദ്യാക്ഷരങ്ങൾ പഠിച്ചത് നാലാം ക്ലാസ്സിൽ വച്ച്. ഹിന്ദി അക്ഷരമാല സ്വായത്തമാക്കിയത് അഞ്ചാം ക്ലാസ്സിലും. എന്റെ മകൻ മൂന്നര വയസ്സിൽ ഇതെല്ലാം പഠിക്കാൻ തുടങ്ങി. കളിച്ചും ചിരിച്ചും പൂമ്പാറ്റയെപ്പോലെ പാറിനടക്കേണ്ട സമയം വലിയ ബാഗും ചുമന്ന് യൂണിഫോമിന്റെ ചൂടും സഹിച്ച് എന്റെ കുഞ്ഞ്.!

കൊച്ചുകുഞ്ഞുങ്ങളെ സ്കൂളിലേക്ക് പറഞ്ഞയയ്ക്കുന്ന മാതാപിതാക്കൾക്കെതിരെ ഘോരഘോരം പ്രസംഗിച്ചിരുന്ന ഞാൻ സ്വന്തം കാര്യം വന്നപ്പോൾ അതെല്ലാം മറന്നു. ചില സാഹചര്യങ്ങൾ മനുഷ്യരെ അടിമകളാക്കുമെന്നത് എത്ര സത്യം.

''ടാല്കിംഗ് - സോറി, ടോകിങ് എന്നു വെച്ചാൽ എന്താണെന്ന് അറിയോ അമ്മക്ക്..?'' മകൻ കൊഞ്ചിക്കുട്ടിയായി.

''എന്താണാവോ..?''

ചെറുപ്പത്തിന്റെ കൗതുകത്തിനൊപ്പം ഞാൻ ബോധപൂർവ്വമായ അജ്ഞത നടിച്ചു.

''അതേ, നമ്മൾ ഈ ക്ലാസ്സിൽ ഒക്കെ ടോക്ക് ചെയ്യില്ലേ. അതാണ് ടോക്കിങ്.''

''ഓഹോ.. അങ്ങനെയാണോ..?''

''ങ്ഹും, അരുണയും പൂജയുമൊക്കെ ക്ലാസ്സിൽ ഭയങ്കര ടോക്കിംഗാന്നേ.!''

''ആണോ?''

''അതേ.. ക്ലാസ്സിൽ കുട്ടികൾ ടോക്ക് ചെയ്യുമ്പോൾ സർ എന്നോട് നെയിം എഴുതാൻ പറയും..''

''ഉവ്വോ.. എന്നിട്ട്..? ''

''എന്നിട്ട് സർ ടോക്ക് ചെയ്തവരുടെ കൈയിൽ ബീറ്റ് ചെയ്യും..''

''ഓഹോ..'' ഞാൻ വ്യസനം ഭാവിച്ചു..

''അതിരിക്കട്ടെ, കുഞ്ഞൂസിന് അടി കിട്ടാറുണ്ടോ..?''

''ഊഹും.. ഇല്ല..'' എന്നാണ് ആദ്യം പറഞ്ഞത്. ഒപ്പം വലതു കൈ പിന്നിലേക്ക് ഒളിപ്പിക്കുന്നത് ഞാൻ കണ്ടുപിടിച്ചു. അടി കിട്ടുന്നത് അവനാണെങ്കിലും നോവുന്നത് എനിക്കാണ് എന്നവന്

നന്നായി അറിയാം.. എങ്കിലും, കള്ളം പറയുന്നത് അമ്മയെ അതിലധികം വിഷമിപ്പിക്കും എന്ന ചിന്തയിലാവാം പിന്നീട് 'ഉവ്വ്' എന്ന് തല കുലുക്കിയത്.

അടുക്കളജോലി പാതിയിൽ നിർത്തിവച്ച് ഞാൻ മകന്റെ അടുത്തേക്ക് ചെന്നു. പിന്നിലേക്ക് മറച്ച കൈ മുൻപിലേക്ക് കൊണ്ടുവന്ന് ചുരുട്ടിപ്പിടിച്ച കൈത്തലം നിവർത്തി നോക്കി. തിണർത്തു കിടക്കുന്നു അടിയുടെ പാട്. എന്റെ നെഞ്ചുപൊള്ളി.

സങ്കടപ്പെട്ടു നിൽക്കുന്ന കുഞ്ഞിനെ ചേർത്തണച്ചു കൊണ്ട് ഞാൻ ചോദിച്ചു.

''മോനല്ലേ സംസാരിച്ച കുട്ടികളുടെ പേരെഴുതിയത്. പിന്നെ മോനെങ്ങിനെ അടി കിട്ടി..?''

''ഞാൻ എന്റെ പേരും എഴുതി.. !''

''അതെന്തിന്..?''

''അതമ്മേ, ഞാനും ടോക് ചെയ്തിരുന്നു. അതുകൊണ്ട് ഞാൻ എന്റെ പേരും എഴുതി. അപ്പോൾ സർ എന്നെയും ബീറ്റ് ചെയ്തു..''

ചിരിക്കണോ അതോ കരയണോ എന്ന് ഞാൻ ഒരു നിമിഷം ചിന്തിച്ചു. ഇതാ എന്റെ സത്പുത്രൻ. ക്ലാസ്സിൽ സംസാരിച്ച കുറ്റത്തിന് സ്വന്തം പേരെഴുതി നിർദ്ദയം അടിവാങ്ങിച്ച ലോകത്തിലെ ആദ്യത്തെ(?) കുട്ടി..!

എന്റെ പ്രിയ മകൻ.. അഭിമാനിക്കുന്നു ഞാൻ നിന്നെയോർത്ത്,

'അയാം പ്രൌഡ് ഓഫ് യു മകനേ..'

മോഹൻദാസ് കരംചന്ദ് ഗാന്ധിയെപ്പോലും തോൽപിച്ചുകളഞ്ഞ ഈ അഞ്ചു വയസ്സുകാരന്റെ സത്യസന്ധതയ്ക്കു മുൻപിൽ അമ്മയുടെ സന്തോഷാശ്രുക്കൾ.

ഈ സത്യസന്ധത നീണാൾ വാഴട്ടെ...!

8. പേരിലെ വിസ്മയങ്ങൾ

എൽ.കെ.ജി. ക്ലാസ്സിലെ അറ്റൻഡൻസ് രജിസ്റ്റർ തയ്യാറാക്കുന്നതിനിടയിൽ ഒരു പേര് ശ്രദ്ധയിൽപ്പെട്ടു. 'ബാർബി.' നല്ല പേര്. ആ നാമത്തിന്റെ ഉടമയെ ഞാൻ മനസ്സിൽ കണ്ടു. വൈഡൂര്യ കണ്ണുകളും, ആപ്പിൾ കവിളുകളും, റോസാപ്പൂച്ചുണ്ടുകളും, സ്വർണ്ണ തലമുടിയുമുള്ള ഒരു സുന്ദരിക്കുട്ടി. അവളുടെ ദന്തങ്ങൾ മുല്ലമൊട്ട് പോലെ. വദനം തിളങ്ങുന്ന തിങ്കൾക്കലപോലെ. പുഞ്ചിരിക്കാണെങ്കിൽ പതിനേഴഴക്. ഇപ്പറഞ്ഞതൊന്നും ചുമ്മാതല്ല കേട്ടോ. അരുണാചൽ സുന്ദരികളുടെ നാടാണ്. പൂർണ്ണചന്ദ്രനൊത്ത വട്ട മുഖവും അനന്യമായ വെളുത്തനിറവും പട്ടുനൂലിഴകൾപ്പോലെ മൃദുവും തിളക്കമുള്ളതുമായ കേശവുമുള്ള സുന്ദരികൾ.

സാംസ്കാരികമായി വളരെ വ്യത്യസ്തത പുലർത്തുന്ന അരുണാചലിലെ ഗോത്രവർഗ്ഗക്കാരുടെ ഇടയിലെ ചില ആചാരങ്ങൾ അതിലും വ്യത്യസ്തമാണ്. വിദ്യാഭ്യാസപരമായി വളരെ പിന്നിൽ നിൽക്കുന്ന ഇവർ പക്ഷെ മക്കൾക്ക് പേരിടുന്ന കാര്യത്തിൽ വിപ്ലവംതന്നെ സൃഷ്ടിക്കുന്നു. വർഷങ്ങളായി ഇവർക്കിടയിൽ അദ്ധ്യാപികയായി പ്രവർത്തിച്ചുവരുന്നതിനാൽ അത്യപൂർവ്വങ്ങളായ ഒരുപാട് നാമങ്ങളെ പരിചയപ്പെടാൻ കഴിഞ്ഞിട്ടുണ്ട്. ചിരിപ്പിക്കുകയും ചിന്തിപ്പിക്കുകയും ചെയ്യാൻപോന്ന നാമധേയങ്ങൾ..!

നമ്മുടെ നാട്ടിൽ 'പേരിടൽ' ഒരു വലിയ ചടങ്ങ് തന്നെയാണല്ലോ. ഇപ്പോഴാണെങ്കിൽ നെറ്റിൽ നോക്കി പേര് കണ്ടുപിടിക്കുന്നവരും ധാരാളം. കുട്ടികൾക്ക് പേരിടുമ്പോൾ അതിഗാഢമായി ചിന്തിച്ചുമിനക്കെടാനൊന്നും ഇവരെ കിട്ടില്ല. എന്തെങ്കിലും ഒരു പേര്. അത്രതന്നെ. എല്ലാ കാര്യത്തിലും പൊതുവെ അലസരായ ഇവരുടെ വ്യക്തിത്വം മക്കൾക്ക് പേരിടുമ്പോഴും പ്രകടമാവുന്നു. നമ്മുടെ നാവിന് വഴങ്ങുന്ന സരസമായ മലയാളി പേരുകൾ കേട്ടു ശീലിച്ച ഞാൻ അരുണാചലിൽ എത്തിയ ആദ്യ നാളുകളിൽ

ക്ലാസ് രെജിസ്റ്ററിലെ പേരുകൾ കണ്ട് കണ്ണുതള്ളി നിന്നിട്ടുണ്ട്. കടിച്ചാൽപ്പൊട്ടാത്ത പേരുകൾ വായിച്ച് അന്നെത്ര കഷ്ടപ്പെട്ടു.. പിന്നെ അതു ശീലമായി. പേരിനൊപ്പം അവരുടെ ഗോത്രങ്ങളുടെ പേര് (tribe) കൂടി ചേർക്കുക ഇവരുടെ പതിവാണ്. പല ഗോത്രങ്ങളുമായി ഇടപഴകിയതിൽ ഏറ്റവും രസകരമായി എനിക്ക് തോന്നിയത് 'ആദി' വർഗ്ഗക്കാരുടെ ഇടയിലുള്ള പേരുകളാണ്. ഓർമ്മയിൽ നിന്നും ഓരോന്നായി പെറുക്കിയെടുക്കട്ടെ.

ജനിച്ച മാസത്തിന്റെ പേര് തന്നെ നാമമായി മക്കൾക്ക് സമ്മാനിക്കുക ഇവരുടെ ഒരു പതിവ് രീതിയാണ്. ആഗസ്റ്റ് മാസത്തിൽ ജനിച്ച നിരവധി പെൺകുട്ടികൾക്ക് അഗസ്തി എന്ന പേര് സാധാരണമാണ്. ഈ കുട്ടികൾ എല്ലാവരും തന്നെ ആഗസ്റ്റ് മാസത്തിൽ ജനിച്ചവരാണ് എന്നുള്ള സത്യം വൈകിയാണ് ഞാൻ മനസ്സിലാക്കിയത്. ഒക്ടോബർ രണ്ടിന് ജനിച്ച ഒരു മകന് മുന്നും പിന്നും നോക്കാതെ ഗാന്ധി എന്ന് പേരിട്ടുകളഞ്ഞു ഒരു പിതാവ്. എട്ടാം ക്ലാസ് വരെ അവനെ ഞാൻ പഠിപ്പിച്ചിരുന്നു. മഹാത്മാവിന്റെ എന്തെങ്കിലും ഒരു ഗുണം ഇപ്പറഞ്ഞവന്റെ അടുത്തുകൂടിപോലും പോയിട്ടില്ല എന്നതായിരുന്നു സത്യം. ഈ യുഗത്തിൽ ഗാന്ധിജി ജീവിച്ചിരുന്നുവെങ്കിൽ, ഇവനെ കണ്ട്, എന്നെ ഒന്നുകൊന്നുതരൂ എന്ന് വിലപിക്കുമായിരുന്നു. തിരഞ്ഞെടുപ്പ് ദിനത്തിൽ ജനിച്ച കുഞ്ഞിന് യാതൊരു ദാക്ഷിണ്യവുമില്ലാതെ ഇലക്ഷൻ എന്നുപേരിട്ടുകളഞ്ഞു മറ്റൊരുവിരുതൻ. സൂര്യഗ്രഹണദിനത്തിൽ ജനിച്ച പെൺകുട്ടിക്ക് കിട്ടി എക്ലിപ്സ് എന്ന പേര്. സൂര്യപ്രഭയുള്ളൊരു പെൺകുട്ടി.

'ഓപ്പൺ' എന്നു പേരുള്ള കുട്ടിയെ മറ്റു കുട്ടികൾ സ്നേഹത്തോടെ വിളിച്ചിരുന്നത് 'ക്ലോസ്' എന്നായിരുന്നു. അമ്മയുടെ ഗർഭപാത്രത്തിൽ തല തിരിഞ്ഞു കിടന്നു എന്ന കുറ്റത്തിന് ഒരു കുഞ്ഞിന് കിട്ടിയ പേര് 'ഉൾട്ട' എന്നായിരുന്നു. ഈ ഹിന്ദി വാക്കിന്റെ അർത്ഥം തല തിരിഞ്ഞത് എന്നാണ്. കളിയാക്കലുകൾ സഹിക്കാൻ വയ്യാതെ ഒമ്പതാം ക്ലാസ്സിൽ എത്തിയപ്പോൾ അവൾ പേര് മാറ്റി രക്ഷപെടാൻ നോക്കിയെങ്കിലും പരിചയക്കാർക്ക് അവൾ എന്നും ഉൾട്ട തന്നെ.

ഫെബ്രുവരിയിൽ ജനിച്ച മകന് മറ്റൊന്നും ചിന്തിക്കാതെ അതേ പേര് തന്നെ ഇട്ട് തടിതപ്പി ഒരു പിതാവ്. അവനൊരു അനിയൻ

ജനിച്ചപ്പോൾ കൂടുതലൊന്നും ചിന്തിക്കാൻ നിൽക്കാതെ അവനും പേരിട്ടു- ഡിസംബർ.

കമ്മ്യൂണിസ്റ്റ്കാരനായത് കൊണ്ടാണോ എന്നറിയില്ല, ഒരു പിതാമഹൻ മകന് റഷ്യ എന്ന് പേരിട്ടത്. മോസ്കോ എന്നും ഹോളണ്ട് എന്നും ഐലൻഡ് എന്നും പേരുള്ള കുട്ടികൾ ഇതേ സ്ക്കൂളിൽ പഠിക്കുന്നുണ്ട്. അപ്പി എന്നുള്ള പേര് ഇവിടെ പെൺകുട്ടികൾക്ക് സർവസാധാരണമാണ്. നർമഭാവിയായ ഒരു മലയാളി അദ്ധ്യാപകൻ ഒരിക്കൽ ഒരു വിദ്യാർത്ഥിയുടെ അമ്മയോട് സംസാരത്തിനിടയിൽ പേര് ചോദിച്ചു. കാഴ്ചയിൽ വളരെ സുന്ദരിയെങ്കിലും തൊട്ടതിനും പിടിച്ചതിനും അദ്ധ്യാപകരെ കുറ്റം പറയുന്ന ഒരു കലഹസ്വഭാവക്കാരിയായിരുന്നു അവർ. അപ്പി എന്നവർ മറുപടി പറഞ്ഞപ്പോൾ, 'നല്ല പേര്.. താങ്കൾക്ക് നന്നായി ചേരുന്നു' എന്ന് ഈ അദ്ധ്യാപകൻ പ്രശംസിച്ചത് അവർക്ക് നന്നായി സുഖിച്ചുവെങ്കിലും അടുത്തു നിന്നിരുന്ന മലയാളമറിയാവുന്ന മറ്റദ്ധ്യാപകർ ചിരി അടക്കാൻ കഴിയാതെ പാടുപെടുകയായിരുന്നു.

ഇതിലെല്ലാമുപരി എന്നെ ചിരിപ്പിക്കുകയും ഒപ്പം കരയിപ്പിക്കുകയും ചെയ്ത മറ്റൊരു പേരുണ്ട്. 'ബ്യൂട്ടി..!' ഒന്നാം ക്ലാസ്സിലെ രജിസ്റ്ററിൽ വർഷാദ്യം ഈ പേര് കണ്ടത് മുതൽ ജിജ്ഞാസയിലായിരുന്നു ഞാൻ. പൊതുവെ ഇവിടുത്തെ കുട്ടികൾ വെളുത്തുതുടുത്ത് ബാർബി ഡോളുകൾ പോലെയാണ്. ഇപ്പറഞ്ഞ ബ്യൂട്ടി എത്രമാത്രം സുന്ദരിയായിരിക്കും എന്നതിൽ മാത്രമെ എനിക്ക് സംശയം ഉണ്ടായിരുന്നുള്ളു. ആദ്യത്തെ ഒരു മാസം രാവിലെ ഹാജർ എടുക്കുന്ന സമയത്ത് ഈ സുന്ദരി വന്നെത്താൻ വൈകുന്നതെന്തേ എന്ന് ഞാൻ വ്യസനിച്ചു. അവളെ കാണാൻ എനിക്ക് തിടുക്കമായി. അങ്ങനെ എന്റെ കാത്തിരിപ്പിന് അറുതിവരുത്തിക്കൊണ്ട് ഒരു മാസത്തിനുശേഷം അവൾ വന്നുചേർന്നു. ബ്യൂട്ടി എന്ന് ഞാൻ പേര് വിളിച്ചതും പിൻബെഞ്ചിൽ നിന്ന് 'യെസ് മാം' എന്നൊരു കിളി നാദം. കോരിത്തരിപ്പോടെ ഞാൻ തലയുയർത്തി നോക്കി. ഒരു നിമിഷം! എന്റെ സപ്തനാഡികളും തളർന്നു പോയി. അടുത്ത പേര് വിളിക്കാൻ മറന്ന് അവളെത്തന്നെ ഞാൻ നോക്കി നിന്നുപോയി. എന്റെ സൗന്ദര്യ സങ്കല്പങ്ങളെല്ലാം പൊളിച്ചെഴുതിയിരിക്കുന്നു ഈ സുന്ദരി. കുളിച്ചിട്ട് എത്ര നാളായി എന്ന് പറയുക വയ്യ. മാസങ്ങളായി എണ്ണ കണ്ടിട്ടില്ലാത്ത ചപ്രത്തല

മുടി. കൊഞ്ചിച്ചിരിച്ചു നിൽക്കുമ്പോൾ പുറത്തു കാണുന്ന പുഴുപ്പല്ലുകൾ ദിവസങ്ങളായി പേസ്റ്റോ, ബ്രഷോ കണ്ടിട്ടില്ലാത്തതിനാൽ കൃമികീടങ്ങളുടെ ആവാസ കേന്ദ്രം തന്നെ എന്ന് നിസംശയം പറയാം. നാസാരന്ധ്രങ്ങളിൽ നിന്നും ഒലിച്ചിറങ്ങുന്ന ആനക്കൊമ്പുകൾ കൊച്ചു കൊച്ച് ഇടവേളകളിൽ മുകളിലേക്ക് വലിച്ചു കയറ്റി, മേൽചുണ്ടുകളുടെ ചില പ്രത്യേക ചലനങ്ങളാൽ അവിടെ തന്നെ ഉറപ്പിച്ചുനിർത്താൻ ശ്രമിച്ചു പരാജയമടങ്ങുന്നു. മൂത്ത സഹോദരങ്ങളാരോ ഇട്ട് പഴകിയ പാകമല്ലാത്ത വസ്ത്രങ്ങൾ മെലിഞ്ഞുണങ്ങിയ തോളുകളിൽനിന്നും വഴുതിമാറാൻ വെമ്പുന്നു. വ്രണിത ഹൃദയത്തോടെ നോക്കി നിൽക്കെ അവളെന്നെ നോക്കി മനോഹരമായൊന്നു പുഞ്ചിരിക്കാൻ ശ്രമിച്ചു. ആ ശ്രമത്തിൽ, മൂക്കിനുതാഴെ ഉറപ്പിച്ചു നിർത്തിയിരുന്ന ആനക്കൊമ്പുകൾ പിടിവിട്ട് താഴോട്ടു പോരുകയും നിർദാക്ഷിണ്യം അതിനെ നാവുകൊണ്ട് നക്കിത്തോർത്തുകയും ചെയ്തു. കൂടുതൽ നോക്കാൻ കരുത്തില്ലാതെ ഞാൻ രജിസ്റ്ററിലേക്ക് തല താഴ്ത്തി. 'പോക്കിരി രാജ'യിൽ മമ്മുട്ടി പറയുംപോലെ, 'പേരിടുന്നവർക്കറിയേണ്ടല്ലോ വിളിക്കുന്നവരുടെ നൊമ്പരങ്ങൾ.'

ബാർബി എന്ന പേരിലേക്ക് ഞാൻ വീണ്ടും നോക്കി. നാളെയൊരിക്കൽ താടകയായി വന്ന് ഇവളെന്നെ ഭയപ്പെടുത്തുമോ..? അല്ലെങ്കിലും ഒരു പേരിലെന്തിരിക്കുന്നു..!

●

9. വീടോർമ്മകൾ

മതിലിനപ്പുറം താഴെ, മൈതാനത്തിന്റെ കോണിലായി പുതിയൊരു വീട് ഉയരുന്ന കാഴ്ചയിലേക്കാണ് പ്രഭാതം കണ്ണുതുറന്നത്. പൊതു മൈതാനമാണ്. പബ്ലിക് പ്രോപർട്ടി എൻക്രോച്മെന്റ് എന്നൊക്കെ പറഞ്ഞ് മുൻപ് ചില ബഹളങ്ങളൊക്കെയുണ്ടായിരുന്നതിനാൽ കുറെക്കാലമായി മൈതാനത്ത് സ്വകാര്യവ്യക്തികളുടെ കയ്യേറ്റം കുറവായിരുന്നു. ഇപ്പോൾ വീണ്ടും തുടങ്ങിയിരിക്കുന്നു.

പത്തോളം ആളുകളുണ്ട്. പണി തകൃതിയായി നടക്കുന്നു. ഇവിടത്തുകാർക്ക് ഒരു വീടുപണിയാൻ വെറും ഒരു ദിവസം മതി. മുളയും പനയോലയും ഉപയോഗിച്ചാണ് നിർമ്മാണം. നാലു മുളകൾ മണ്ണിൽ കുഴിച്ചിട്ട് അതിൽ ഉത്തരവും കഴുക്കോലും ഉറപ്പിച്ച് മുകളിൽ പനയോല മേഞ്ഞ്, മുൻകൂട്ടി മെടഞ്ഞ് തയ്യാറാക്കി വച്ച മുളച്ചീന്തുകൾ കൊണ്ട് കെട്ടി മറച്ചു കഴിഞ്ഞാൽ വീടായി. എന്തെളുപ്പം. വീടെന്ന സ്വപ്നത്തിനായി ആയുഷ്കാല സമ്പാദ്യം ഏതാണ്ട് മുഴുവനും ചെലവഴിക്കുന്ന പുറം ലോകത്തിന് നല്ലൊരു മാതൃക..!

സ്വന്തമായി ഒരു ഭവനം...

ഈ സ്വപ്നം കാണാത്തവരായി ആരുമുണ്ടാവില്ല ഭൂമിയിൽ. ജീവിതത്തിന്റെ നല്ലൊരു ഭാഗവും, കയ്യും മെയ്യും മറന്ന് അദ്ധ്വാനിക്കുകയും അതിൽ നല്ലൊരു ഭാഗം ഈ സ്വപ്ന സാക്ഷാത്കാരത്തിനായി നീക്കി വയ്ക്കുകയും ചെയ്യുന്നവരാണ് വലിയൊരു വിഭാഗം മനുഷ്യരും. ലോകത്തിലെ ഏറ്റവും വലിയ വീട് തന്റേതായിരിക്കണം എന്ന് ആഗ്രഹിക്കുന്നവരും കുറവല്ല. മനുഷ്യർ പല വിധം. എന്നിരുന്നാലും, ഭംഗിയും വൃത്തിയുമുള്ള ഒരു കൊച്ചുവീട് എന്നത് ഒരു ശരാശരി മനുഷ്യന്റെ സ്വപ്നമാണ്. അതിന്റെ പൂർത്തീകരണത്തിനായി ജീവിതകാലം മുഴുവൻ മാടിനെപ്പോലെ പണിയെടുക്കാനും നമുക്ക് മടിയില്ല. ഒടുവിൽ ആ സ്വപ്നം സാക്ഷാത്കരിക്കപ്പെടുന്ന ദിവസം.. അത് അവന്റെ ജീവിതത്തിലെ മറക്കാ

നാവാത്ത ഒരു ദിനമായിരിക്കും.

എല്ലാവരെയുംപോലെ എനിക്കുമുണ്ടായിരുന്നു സ്വന്തമായി ഒരു വീടെന്ന സ്വപ്നം. അതിനായി ഈ മഞ്ഞിന്റെ നാട്ടിൽ തണുപ്പും ചൂടും വകവയ്ക്കാതെ അദ്ധ്വാനിച്ചത് നീണ്ട പത്തുവർഷങ്ങൾ. ആഗ്രഹംപോലെ വീടുപണിതു. എന്നാൽ നേരെചൊവ്വേ അതിൽ വസിക്കാൻ ഇതുവരെ കഴിഞ്ഞിട്ടില്ല. വർഷത്തിലൊരിക്കൽ വീണുകിട്ടുന്ന അവധിക്കാലത്ത്, ഒരുമാസം മാത്രമാണ് എന്റെ വീടിന് ജീവൻ വെയ്ക്കുന്നത്. അല്ലാത്ത നാളുകളൊക്കെയും ഞങ്ങളുടെ പാദപതനത്തിനും, നിശ്വാസത്തിനും, കുട്ടികളുടെ പൊട്ടിച്ചിരികൾക്കും കാതോർത്ത് എന്റെ പ്രിയ ഭവനം ഒറ്റക്കങ്ങനെ... ഓരോതവണയും കണ്ണീരോടെ പടിയിറങ്ങുമ്പോൾ ഒരു മധുരസ്വപ്നം പോലെ വീടിനെക്കുറിച്ചുള്ള ഓർമ്മകൾ വാരിയെടുത്ത് നെഞ്ചോട് ചേർത്തുവെയ്ക്കാറുണ്ട് ഞാൻ. എന്റെ സ്വപ്നക്കൂട്..!

എന്റെ കുട്ടിയോർമ്മകൾക്ക് ജീവൻ വെക്കുന്നത് ഒരു ചെറിയ വീട്ടിൽ വച്ചാണ്. ഒരു കൊച്ചുകുടിൽ എന്നുതന്നെ പറയാം. തറവാട്ടിൽ നിന്നും ഭാഗം പിരിഞ്ഞ ശേഷം അപ്പച്ചൻ ആദ്യം പണിത വീട്. എന്റെ ബാല്യം ഞാൻ കഴിച്ചുകൂട്ടിയത് ആ കുടിലിലാണ്. മൺഭിത്തികളുള്ള, വൈക്കോൽ മേഞ്ഞ കൊച്ചുവീട്. തെങ്ങോലമെടഞ്ഞെടുത്ത്, മുളങ്കമ്പുകൊണ്ടു കെട്ടിയെടുത്താണ് വാതിൽ ബന്ധിച്ചിരുന്നത്. ഒരു മുറിയും, അടുക്കളയും ഒരു കൊച്ചു വരാന്തയും മാത്രമുണ്ടായിരുന്ന ആ വീടിന് ജാലകങ്ങളുണ്ടായിരുന്നില്ല. വർഷം മുഴുവനും, രാപകലില്ലാതെ ആ വീട്ടിൽ ഇരുട്ട് നിറഞ്ഞാടി. മണ്ണെണ്ണയൊഴിച്ചു തിരികൊളുത്തിയ ചെറിയ പാട്ടവിളക്ക് ഇരുട്ടുമായി സദാ യുദ്ധം ചെയ്തുകൊണ്ടിരുന്നു. ആ വിളക്കിന്റെ വെട്ടത്തിലിരുന്നാണ് ഞങ്ങൾ കുട്ടികൾ പാഠങ്ങൾ പഠിച്ചത്. അതിന് ചുറ്റുമിരുന്നാണ് ഞങ്ങൾ അത്താഴം കഴിച്ചത്. രാത്രികളിൽ, ആ ഒറ്റ മുറിയിൽ, ചാണകം മെഴുകിയ തണുത്ത തറയിൽ വിരിച്ച തഴപ്പായയിലാണ് ഞങ്ങൾ അഞ്ചുപേരും ഉറങ്ങിയിരുന്നത്. വർഷങ്ങളെത്ര കഴിഞ്ഞാലും ഓർമ്മകൾക്കു മങ്ങലില്ല ഇന്നും. തണുത്ത തറയുടെ മരവിപ്പും, മൂലകളിൽ നൃത്തം വെക്കുന്ന ഇരുട്ടും ഇന്നുമുണ്ട് ഓർമ്മകളിൽ.

ഞാൻ എട്ടാം ക്ലാസ്സിൽ പഠിക്കുന്ന സമയം അപ്പച്ചൻ പുതിയ

വീട് പണിയിച്ചു. ഓടിട്ട മേൽക്കൂരയും ഉറപ്പുള്ള ഭിത്തികളുമുള്ള ഭേദപ്പെട്ട ഒരു വീട്. മൂലകൾ വെട്ടുകല്ലു കൊണ്ടു കെട്ടി, മൺകട്ടകൾ കൊണ്ടു പണിതെടുത്ത വീടിന് ധാരാളം ജനാലകളും വാതിലുകളുമുണ്ടായിരുന്നു. തുറസ്സായ ജനാലകളിലൂടെ സൂര്യപ്രകാശം മുറികൾക്കുള്ളിൽ കളിയാടി. തഴപ്പായകൾക്കു പകരം കിടന്നുറങ്ങാൻ കട്ടിലുകളുണ്ടായി. എങ്കിലും പരിമിതികൾ വീണ്ടും ബാക്കിനിന്നു. അടച്ചുറപ്പില്ലാത്ത ജനാലകളും ചെത്തിത്തേക്കാത്ത മൺചുവരുകളും എന്റെ ഉറക്കം കളഞ്ഞു. പുറംഭിത്തികളിൽ അവിടവിടായി കാണപ്പെട്ട ചെറിയ ദ്വാരങ്ങൾക്കിടയിൽ വെള്ളിക്കെട്ടൻ പാമ്പുകൾ പൊഴിച്ചിട്ടു പോയ പടങ്ങൾ എന്റെ ധൈര്യം മുഴുവൻ തല്ലിക്കെടുത്തി. ഉറക്കത്തിൽ എന്റെ സ്വപ്ന

ങ്ങളിൽ വിവിധ വർണ്ണങ്ങളിലുള്ള പാമ്പുകളിഴഞ്ഞു. കറതീർന്ന ഈശ്വരവിശ്വാസിയായിരുന്ന വല്യമ്മച്ചി പറഞ്ഞുതന്ന കഥകളുടെ ചുവട് പിടിച്ച് രാത്രികളിൽ ഉറങ്ങാൻ ഞാൻ വിശുദ്ധന്മാരെ കൂട്ടുവിളിച്ചു. എത്ര രാവുകളിൽ വിശുദ്ധ ഗീവർഗീസ് പുണ്യവാളന്റെ ഉറക്കം കൂടി കെടുത്തിയിരിക്കുന്നു ഞാൻ. ഉറക്കം വരാതിരുന്ന രാവുകളിൽ തുറന്നുകിടക്കുന്ന ജനാലയിലേക്ക് ഞാൻ ഭയപ്പാടോടെ നോക്കി. മനുഷ്യരക്തത്തിനായി ദാഹിച്ചലയുന്ന യക്ഷികൾ എന്റെ കൗമാരസങ്കല്പത്തിൽ ധാരാളമുണ്ടായിരുന്നു. ഇതൊക്കെയാണെങ്കിലും ആ വീടിനെക്കുറിച്ചുള്ള ചില നല്ല സ്മരണകൾ ഇന്നും മധുരതരം തന്നെ. മഴയുള്ള രാത്രികളിൽ മഴത്തുള്ളികളുടെ താരാട്ടുകേട്ടു ഞാനുറങ്ങി. നിലാവുള്ള രാവുകളിൽ ആ ജാലകങ്ങൾ എനിക്കായി സ്വർഗ്ഗവാതിലുകൾ തുറന്നുതന്നു. തെങ്ങോലകൾക്കിടയിലൂടെ നിലാവിന്റെ പാളികൾ എന്റെ കൊച്ചുമുറിയിലേക്കും കിടക്കയിലേക്കും പിന്നെ ഹൃദയത്തിലേക്കും പ്രകാശം പടർത്തി. 'എന്റെ മദഹൃദയം ആ താരാപഥത്തിലൂടെ' എന്ന വാചകം പിൽക്കാലത്ത് ഞാനൊരു കവിതയിൽ കുറിച്ചുവച്ചത് ആ ഓർമ്മകൾക്കൊപ്പമായിരുന്നു. കൗമാരവും യൗവനത്തിന്റെ ആദ്യനാളുകളും ഞാൻ കഴിച്ചുകൂട്ടിയത് ആ വീട്ടിലാണ് ചുറ്റുപാടും വലിയ വീടുകൾ ഉയർന്നപ്പോൾ എന്റെ ചെറിയ വീട് എന്നിൽ വലിയ ദുഃഖമുണ്ടാക്കി. കോളജിൽ പഠിക്കുന്ന സമയത്ത് ഭേദപ്പെട്ട കുടുംബത്തിലെ അംഗങ്ങളായ കൂട്ടുകാർ വീട്ടിൽ വരുന്നതിനെ ഞാൻ ഭയന്നു. ഈയടുത്താണ് പഴയ വീട് പൊളിച്ചുകളഞ്ഞ് ഏട്ടൻ പുതിയ വീട് പണിതത്. ഞാൻ അതിനിടക്ക് മെച്ചപ്പെട്ടൊരു ജീവിതമാർഗ്ഗം തേടി അരുണാചലിലെത്തി. വിവാഹം കഴിഞ്ഞു. വർഷങ്ങൾ നീണ്ട അദ്ധ്വാനഫലമായി സ്വന്തമായി സ്ഥലം വാങ്ങി. സ്വപ്നത്തിലുണ്ടായിരുന്നത് പോലെ നല്ലൊരു വീട് വെച്ചു. സ്വപ്നഗൃഹത്തിൽ കൊതിതീരെ വസിക്കാനുള്ള ഭാഗ്യം ഇതുവരെ കിട്ടിയില്ല. ഇക്കഴിഞ്ഞ ഏപ്രിൽ മാസത്തിൽ, ആളും ആരവങ്ങളുമില്ലാതെ എന്റെ വീട് പത്താം പിറന്നാൾ ആഘോഷിച്ചു. ഇത്തിരി സങ്കടവും ഒത്തിരി സന്തോഷവുമായി മൈലുകൾക്കിപ്പുറം എന്റെ സ്വപ്നക്കൂടിന്റെ ഓർമ്മകൾ നെഞ്ചോട് ചേർത്ത് ഞാനും.

●

10. കൊച്ചു കൊച്ചു ഭൂകമ്പങ്ങൾ

ഇന്ന് രാവിലെ അല്പം നേരത്തെ ഉണർന്നു. വേണമെന്നു വച്ചിട്ടല്ല. ഉണർത്തിയതാണ്, ഒരു ഭൂമികുലുക്കം..!

വെളുപ്പിന് ഏതാണ്ട് നാലുമണിയോടെയാണ് സംഭവം. രാത്രി പെയ്ത മഴയുടെ തണുപ്പിൽ മൂടിപ്പുതച്ച് സുഖമായുറങ്ങവേ കട്ടിലെടുത്താരോ തൊട്ടിലാട്ടുന്നതു പോലൊരനുഭവം. നാട്ടിൽ പുതുതായി പണിത വീട്ടിൽ ഒരു ആട്ടുകട്ടിൽ വേണമെന്ന് എത്രനാളായി ഇച്ചായനോട് പറയുന്നു. ആ ആട്ടുകട്ടിലിൽ കിടക്കുകയാണ് എന്നായിരുന്നു ആദ്യമിഥ്യ. സ്വപ്നമോ യാഥാർത്ഥ്യമോ എന്ന് തിരിച്ചറിയാൻ വൈകി. അപ്പോഴുണ്ട് മേൽക്കൂരയിലെ ടിൻഷീറ്റുകൾ അതിഭയങ്കരമായ ശബ്ദത്തിൽ കലമ്പുന്നു. പെട്ടെന്നാണ് ബോധം വന്നത്. ആട്ടുകട്ടിലും ഊഞ്ഞാലുമൊന്നുമല്ല, ഭൂമി കുലുങ്ങുന്നതാണ്. പിന്നെ നടന്നതൊക്കെ ഊഹിക്കാമല്ലോ. നിലവിളിച്ചുകൊണ്ട് ഇച്ചായനെ കുലുക്കിയുണർത്തുന്നു. ഉറങ്ങിക്കിടക്കുന്ന മകനെ വലിച്ചുവാരിയെടുക്കുന്നു. അടുത്ത മുറിയിൽ ഉറങ്ങുന്ന പെൺമക്കളെ വിളിച്ചുണർത്തുന്നു. ഇരുട്ടിലൂടെ ഓടി കസേരയും മേശയും തട്ടിമറിച്ചിടുന്നു. ആകെ ബഹളം!

പുറത്തിറങ്ങിയപ്പോഴേക്കും ചുറ്റുപാടുമുള്ളവർ മൊത്തം ഉണർന്നുകഴിഞ്ഞിരുന്നു. അടുത്ത വീടുകളിൽ വെട്ടം തെളിഞ്ഞു തുടങ്ങി. അരുണാചലികൾക്ക് ഭൂചലനത്തോട് വലിയ ഭയമില്ലെന്ന് തോന്നുന്നു. ഇടയ്ക്കിടെ ഉണ്ടാവുന്നത് കൊണ്ടാവാം. മാത്രമല്ല,

മുളംകുടിലുകളിൽ കഴിയുന്നവർക്ക് ഭൂചലനത്തിനെ അത്ര ഭയക്കേണ്ട കാര്യവുമില്ല. ഉണങ്ങിയ പനയോലകളും, ദ്രവിച്ച രണ്ട് കഴുക്കോലുകളും ദേഹത്തേക്ക് വന്നുവീണാലും കാര്യമായൊന്നും സംഭവിക്കാനില്ലല്ലോ. 'ഭൂയികമ്പ്' അവർക്കിപ്പോൾ ഒരു സാധാരണ സംഭവം മാത്രമാണ്.

ആദ്യ കുലുക്കത്തിന് ശേഷം തുടർപ്രകമ്പനങ്ങൾ വീണ്ടുമുണ്ടാകാൻ സാധ്യതയുള്ളതിനാൽ ഒരു മണിക്കൂറോളം ഞങ്ങൾ വീടിന് വെളിയിൽത്തന്നെയിരുന്നു. ഉൾഭയം ഒട്ടൊന്നടങ്ങിയപ്പോൾ മക്കളുമായി വീണ്ടും വീടിനുള്ളിലേയ്ക്ക്.

അല്പം കഴിഞ്ഞപ്പോൾ നാട്ടിൽനിന്നും ലത ടീച്ചർ വിളിച്ചു. വിവരമറിഞ്ഞ് ഞങ്ങൾ സുരക്ഷിതരാണോ എന്നറിയാനുള്ള വിളിയാണ്. സാബു സാറും ലത ടീച്ചറും കുടുംബ സമേതം വളരെ വർഷങ്ങൾ അരുണാചലിൽ ഉണ്ടായിരുന്നവരാണ്. നിരവധി ഭൂമികുലുക്കങ്ങൾ അനുഭവിച്ചവർ..!

കുറച്ചു കഴിഞ്ഞപ്പോൾ കൂടുതൽ വിവരങ്ങൾ ലഭിച്ചുതുടങ്ങി. ആസ്സാമിൽ സാമാന്യം നല്ല കുലുക്കം അനുഭവപ്പെട്ടുവത്രേ. ഭൂകമ്പമാപിനിയിൽ 6.4 വരെ രേഖപ്പെടുത്തിയിരിക്കുന്നു. ലക്കിംപൂർ, ജോർഹാട്ട്, സോൻപൂർ തുടങ്ങിയ സ്ഥലങ്ങളിൽ നിരവധി വീടുകൾക്ക് കേടുപാടുകൾ സംഭവിച്ചു. നാശനഷ്ടങ്ങളെക്കുറിച്ചുള്ള വാർത്തകളും ചിത്രങ്ങളും സോഷ്യൽ മീഡിയയിൽ കൂടി ധാരാളമായി പ്രചരിക്കുന്നുണ്ടായിരുന്നു. വലിയൊരു മൂന്ന് നിലക്കെട്ടിടം ഏതു സമയവും വീണുപോയേക്കാവുന്ന അവസ്ഥയിൽ, പിസയിലെ ഗോപുരം കണക്ക് ചരിഞ്ഞുനിൽപ്പുണ്ടായിരുന്നു. റോഡുകൾ പൊട്ടിപ്പിളരുകയും ചെറിയ ഗർത്തങ്ങളിൽനിന്ന് ജലധാരകൾപോലെ വെള്ളം കുത്തിയൊഴുകുകയും ചെയ്യുന്നു... വയലുകൾ പൊടുന്നനെ ചതുപ്പുകളായി രൂപാന്തരപ്പെട്ടു. ചവിട്ടുമ്പോൾ പാദത്തിന് കീഴെ പച്ചപ്പുല്ലുകൾക്കടിയിൽ ഭൂമി വെള്ളം നിറച്ച ബലൂൺപോലെ തുള്ളിത്തുളുമ്പി. നാശനഷ്ടങ്ങളുണ്ടായെങ്കിലും ആർക്കുംതന്നെ ജീവന് ഹാനി സംഭവിച്ചില്ല എന്നുള്ളത് വലിയ ആശ്വാസമായിരുന്നു.

ഇന്ത്യയുടെ വടക്കുകിഴക്കൻ സംസ്ഥാനങ്ങൾ ഏതാണ്ടെല്ലാം തന്നെ എർത്ത് ക്വയ്ക് പ്രോൺ ഏരിയയിൽപ്പെടുന്നവയാണ്. ഇരുപതു വർഷത്തെ അരുണാചൽ വാസത്തിനിടയിൽ ചെറുതും വലു

തുമായ നിരവധി ഭൂമികുലുക്കങ്ങൾക്ക് സാക്ഷിയായിട്ടുണ്ട്. എങ്കിലും ഈശ്വരാനുഗ്രഹത്താൽ ഇന്നുവരേയ്ക്കും അപായങ്ങളൊന്നുമുണ്ടായിട്ടില്ല എന്നത് ഏറ്റവും നന്ദിയോടെ സ്മരിക്കുന്നു.

ഇതിനു മുൻപുണ്ടായ പ്രകമ്പനം ഏതാണ്ട് രണ്ട് മാസങ്ങൾക്കപ്പുറമാണ്. അത് രാവിലെ എട്ടു മണിയോടു കൂടിയായിരുന്നു.

അടുക്കളയിൽ പ്രഭാതഭക്ഷണം ഒരുക്കുന്ന തിരക്കിലായിരുന്നു ഞാൻ. അപ്പോഴുണ്ട് ചില പാത്രങ്ങൾ കിലുകിലാ ശബ്ദത്തോടെ അനങ്ങുന്നു. കാര്യം പിടികിട്ടിയില്ല. 'നീ നടക്കുമ്പോഴും ഭൂമി കുലുങ്ങുന്നതായി തോന്നും' എന്ന് മുമ്പൊരിക്കൽ ഇച്ചായൻ 'ആക്കി'പ്പറഞ്ഞത് ഓർമ്മയിൽവന്നു. അതുതന്നെയോ എന്നു റപ്പുവരുത്താൻ മുറിയിലൂടെ അങ്ങോട്ടുമിങ്ങോട്ടും രണ്ടുചാൽ നടന്നു. നടത്തം നിർത്തിയിട്ടും പാത്രങ്ങൾ കലമ്പൽ നിർത്തിയില്ല. അപ്പോൾ കാലിനടിയിൽ ഒരു തരിപ്പനുഭവപ്പെട്ടു. പെട്ടന്നാണ് തലയ്ക്കുള്ളിൽ ബൾബ് കത്തിയത്.

ഭൂമി കുലുക്കം..!!

'മക്കളേ ഓടിക്കോ, ഭൂമി കുലുങ്ങുന്നു' എന്ന് നിലവിളിച്ചു കൊണ്ട് ഗ്യാസ്സ്റ്റവ് ഓഫ് ചെയ്ത് ഞാൻ പുറത്തേക്കോടി. അപ്പോഴേക്കും ചലനമനുഭവപ്പെട്ടവർ ഓരോരുത്തരായി താന്താങ്ങളുടെ വീടിന് വെളിയിൽ വരുന്നുണ്ടായിരുന്നു.

ചില ഭൂചലനങ്ങൾ പകൽ സമയത്തായിരിക്കും. നടക്കുമ്പോഴോ, ഇരിക്കുമ്പോഴോ അല്ലെങ്കിൽ ഉച്ചയൂണ് കഴിഞ്ഞൊന്ന് മയങ്ങുമ്പോഴോ അങ്ങനെയങ്ങനെ..

കുറച്ചുമാസങ്ങൾക്ക് മുൻപ് നല്ല ചൂടുള്ള ഒരു പകൽ. ഉച്ചഭക്ഷണം കഴിഞ്ഞുള്ള ചെറുമയക്കത്തിലാണ് എല്ലാവരും. ആ സമയത്ത് സ്കൂൾഹോസ്റ്റലിൽ ഇരുനൂറ് കുട്ടികളോളം താമസമുണ്ട്. ഹോസ്റ്റൽ കെട്ടിടം കോൺക്രീറ്റ് നിർമ്മിതമായതിനാൽ ഒരുൾഭയം എല്ലാവർക്കും എപ്പോഴുമുണ്ട്. പൊടുന്നനെയുണ്ടായ, അത്യാവശ്യം നല്ലൊരു കുലുക്കത്തിൽ കെട്ടിടങ്ങൾ നിന്നുവിറച്ചു. കട്ടിലുകൾ കുലുങ്ങിയാടി. കുട്ടികൾ നിലവിളിയോടെ പുറത്തിറങ്ങിയോടി. അന്നും അപകടമൊന്നും കൂടാതെ ഈശ്വരൻ കാത്തുരക്ഷിച്ചു.

ചിലപ്പോഴൊക്കെ ഭൂകമ്പങ്ങൾ മുൻകൂട്ടി പ്രവചിക്കപ്പെടാറുണ്ട്. മുൻകരുതലുകളെടുക്കാൻ സഹായകമാണ് ഭാവി പ്രവചനങ്ങൾ. എന്നാൽ ഇത്തരം പ്രവചനങ്ങളുടെ സത്യസന്ധത എത്രത്തോളമുണ്ട് എന്ന കാര്യത്തിൽ എനിക്ക് സംശയമുണ്ട്. പലതവണ കബളിപ്പിക്കപ്പെട്ടിരിക്കുന്നു.

ജൂലായ് മാസത്തിലെ ഒരു അധ്യയന ദിവസം. ഫസ്റ്റ് ബെല്ലടിച്ചു. അപ്പോഴുണ്ട് തുരുതുരാ ഫോൾവിളികൾ. രക്ഷിതാക്കളാണ്. ഏതാ

ണ്ട് പത്തരയോടുകൂടി ഭൂചലനമുണ്ടാവുമെന്ന് 'ആജ് തക്' വാർത്താ ചാനലിൽ കാണിക്കുന്നുണ്ടത്രേ. കുട്ടികളെ എത്രയും പെട്ടെന്ന് സുരക്ഷിത സ്ഥാനത്തേക്ക് മാറ്റണം എന്നാണ് എല്ലാവരുടെയും അഭ്യർത്ഥന. ഓടിച്ചെന്ന് ടി വി ഓൺ ചെയ്തു നോക്കി. ശരിയാണ്.. അരുണാചൽപ്രദേശിൽ ഭൂമികുലുക്കമുണ്ടാകും എന്ന വാർത്ത ഹെഡ് ലൈനായി കൊടുത്തുകൊണ്ടിരിക്കയാണ്. ഒട്ടും സമയം കളയാതെ കുട്ടികളെയെല്ലാം ക്ലാസ്സിൽനിന്ന് വിളിച്ചിറക്കി താഴെയുള്ള വലിയ മൈതാനത്തിലേക്ക് കൊണ്ടുപോയി. അവിടെ സുരക്ഷിതമായൊരു സ്ഥലത്ത് എല്ലാവരും ഒത്തുകൂടി. അഞ്ഞൂറോളം കുട്ടികൾ, ഇരുപതോളം അദ്ധ്യാപകർ, ഹോസ്റ്റലിലെ ആയമാരും മറ്റുമായി അത്രത്തോളം തന്നെ നോൺ ടീച്ചിംഗ് സ്റ്റാഫ് എല്ലാവരുംകൂടി ഭൂമി കുലുങ്ങുന്നതും കാത്തിരിപ്പായി. പതിനൊന്നുമണി കഴിഞ്ഞു, പന്ത്രണ്ട് കഴിഞ്ഞു, ഭുമിക്ക് യാതൊരു കുലുക്കവുമില്ല. സഹിക്കാനാവാത്ത ചൂടും ദാഹവും പോരാത്തതിന് ഭയവും. കുട്ടികളും മുതിർന്നവരും ഒരുപോലെ വലഞ്ഞു. ഒടുവിൽ പന്ത്രണ്ടേകാലോടുകൂടി തളർന്നവശരായി എല്ലാവരും സ്കൂളിലേക്ക് തിരിച്ചുനടന്നു.

മറ്റൊരു പ്രവചനമുണ്ടായത് കൊടും ശൈത്യമുള്ള ഡിസംബറിലെ ഒരു രാത്രിയിലായിരുന്നു. ഏതാണ്ട് ഒരാഴ്ച മുൻപേ തന്നെ കൊട്ടിഘോഷിക്കപ്പെട്ടു തുടങ്ങിയ പ്രവചനം..! രാത്രി ഒരുമണിയോടെ ചലനമുണ്ടാവുമെന്നാണ് മുന്നറിയിപ്പ്. നിശ്ചിത ദിവസമെത്തി. ഭൂകമ്പത്തിൽപ്പെട്ട്, കെട്ടിടങ്ങൾ ഇടിഞ്ഞുപൊളിഞ്ഞ് തലയിൽ വീണ് മരിക്കുന്നതിലുള്ള ഭയം നിമിത്തവും, ജീവിക്കാനുള്ള കൊതികൊണ്ടും നേരത്തെ അത്താഴം കഴിച്ച് ഞങ്ങളെല്ലാം പുറത്തിറങ്ങി. ക്രിസ്തുമസ്സിന് ഏതാനും ദിവസങ്ങൾ കൂടിയേ ഉള്ളു. അസ്ഥിയിൽപ്പോലും തുളച്ചുകയറാൻ പോന്ന തണുപ്പുണ്ട് പുറത്ത്. സ്കൂളിനോട് ചേർന്നുള്ള ചെറിയ ഗ്രൗണ്ടിൽ മരക്കഷണങ്ങൾ കൂട്ടിയിട്ട് കത്തിച്ച് വലിയ തീക്കുണ്ഡമുണ്ടാക്കി അതിന് ചുറ്റുമായി ഞങ്ങൾ കുത്തിയിരിപ്പ് തുടങ്ങി. സുരക്ഷിതരായിരിക്കുന്ന സമയത്ത് പേടി കുറയുമല്ലോ. അമ്മയുടെ ഒക്കത്തിരിക്കുന്ന കുഞ്ഞിനെപ്പോലെ..! അത്യാവശ്യം വലിയ ഭുകമ്പമുണ്ടായാലും തരക്കേടില്ല എന്ന മട്ടിൽ ആശിച്ച് മോഹിച്ച് കാത്തിരിക്കയാണ്. മണിക്കൂറുകൾ കഴിഞ്ഞു. ഹോസ്റ്റ

ലിലേക്ക് തിരിച്ചു പോകാനും മടിതോന്നി. കുഞ്ഞുകുട്ടികളടക്കം പത്തിരുന്നൂറുപേരുണ്ട്. ഹോസ്റ്റലിൽ ആയിരിക്കെ ഉറങ്ങിപ്പോവുകയും ആ സമയത്ത് അപകടമുണ്ടാവുകയും ചെയ്താൽ എന്തായിരിക്കും സ്ഥിതി? അതിനാൽ പുറത്തുള്ള ഇരുപ്പ് തുടരാൻതന്നെ തീരുമാനിച്ചു. രോമക്കുപ്പായത്തിലും കമ്പിളിപ്പുതപ്പുകളിലും പൊതിഞ്ഞ് കുട്ടികൾ മയങ്ങാൻ തുടങ്ങി. എല്ലാവരും മയങ്ങിപ്പോയിരിക്കണം. രാവ് കടന്നുപോയതറിഞ്ഞില്ല. ഉദയസൂര്യന്റെ ആദ്യകിരണങ്ങൾ വെളുപ്പിന് മൂന്നരയോടെ ഞങ്ങളെ വിളിച്ചുണർത്തി. പാതിയുറക്കത്തിൽ പിച്ചും പേയും പറഞ്ഞ് കുട്ടികളെല്ലാം അവരവരുടെ മുറികളിലേക്ക് നടന്നു.

അന്നും ഭൂമി കുലുങ്ങിയില്ല..! അതിനിഷ്ടമുള്ളപ്പോ കുലുങ്ങട്ടെ. ഹല്ല പിന്നെ!

ഭൂമിയെ കുലുക്കാൻ നമ്മളാര്...!

11. ഗുരുദക്ഷിണ

പത്താം തരത്തിൽ പഠിക്കുന്ന സമയം..

വർഷാവസാനം അടുത്തിരിക്കുന്നു. വാർഷികപ്പരീക്ഷക്കുള്ള തയ്യാറെടുപ്പിലാണ് ഞങ്ങൾ വിദ്യാർത്ഥികൾ. അകംപാടം ഗവണ്മെന്റ് ഹൈസ്കൂളിലാണ് ഞാൻ പഠിച്ചിരുന്നത്. അന്ന് ഞങ്ങളെ മലയാളം പഠിപ്പിച്ചിരുന്നത് രവി എന്ന അദ്ധ്യാപകനായിരുന്നു. ഒരു മലയാളം അദ്ധ്യാപകന് വേണ്ടുന്ന എല്ലാ ഗുണങ്ങളും ധാരാളമായി അദ്ദേഹത്തിനുണ്ടായിരുന്നു. ഭാഷയിൽ അഗാധമായ പാണ്ഡിത്യം, സരസലളിതമായ ഭാഷാപ്രയോഗം, ഏതു തരക്കാരായ വിദ്യാർത്ഥികളെയും തന്റെ നർമ്മബോധം കൊണ്ട് കയ്യിലെടുക്കാനുള്ള കഴിവ് ഇവയെല്ലാം അദ്ദേഹത്തിൽ ധാരാളമായി സമ്മേളിച്ചിരുന്നു. തരക്കേടില്ലാതെ പഠിക്കുകയും നല്ല മാർക്ക് കരസ്ഥമാക്കുകയും കൂടാതെ, കലാരംഗങ്ങളിൽ അല്പസ്വല്പം മികവ് പ്രകടിപ്പിക്കുകയും ചെയ്തിരുന്ന, പൊതുവെ ശാന്തശീലയും മിതഭാഷിയുമായിരുന്ന എന്നിലെ വിദ്യാർത്ഥിയെ പൊതുവെ എല്ലാ അദ്ധ്യാപകർക്കും കാര്യമായിരുന്നു. അതുപോലെ തന്നെയായിരുന്നു രവിമാഷിനും. എന്നാൽ ആ സ്നേഹവും വാത്സല്യവുമൊന്നും മാഷ് ഒരിക്കലും പുറത്തു കാണിച്ചില്ലെന്നു മാത്രമല്ല തരം കിട്ടുമ്പോഴൊക്കെ എന്നെ കളിയാക്കുക എന്നത് മാഷിന്റെ പ്രിയപ്പെട്ട ഒരു വിനോദവുമായിരുന്നു. ഒരിക്കലും എന്റെ പേര് അദ്ദേഹം ശരിയായി ഉച്ചരിച്ചിരുന്നില്ല. പകരം അന്നാമ്മ, അന്നക്കുട്ടി എന്നൊക്കെയാണ് വിളിച്ചിരുന്നത്. അതു കേട്ട് സഹപാഠികളും ഇരട്ടപ്പേര് വിളിച്ച് എന്നെ കളിയാക്കാൻ തുടങ്ങി. മാഷിന്റെ സ്നേഹവും അനുകമ്പയും ഞാൻ മനസ്സിലാക്കിയത് വളരെ വൈകിയായിരുന്നു.

ഉച്ചച്ചൂടിൽ പൊരിയുന്ന ഒരു പകൽ. ഉച്ചഭക്ഷണത്തിനു ശേഷമുള്ള മലയാളം ക്ലാസ്സ്. സരസമായ ഭാഷയിൽ പാഠഭാഗങ്ങൾ വിവരിച്ചുകൊണ്ടിരിക്കുകയായിരുന്നു രവി മാഷ്. എന്നാൽ എനിക്കെന്തോ

അന്ന് ക്ലാസ്സിൽ അത്ര ശ്രദ്ധ വെയ്ക്കാൻ കഴിഞ്ഞില്ല. ക്ലാസ്സിനുള്ളിലെ ചൂടും അതു നൽകിയ ക്ഷീണവും കാരണം വല്ലാതെ ഉറക്കം വരുന്നുണ്ടായിരുന്നു. ക്ലാസ്സിൽ ഇരുന്നുറങ്ങുന്നത് കണ്ടുപിടിച്ചു കഴിഞ്ഞാൽ സാർ എന്നെ കളിയാക്കിക്കൊല്ലുമെന്ന് അറിയാമായിരുന്നതിനാൽ കണ്ണുകളിൽനിന്ന് ഉറക്കത്തെ അകറ്റിനിർത്താനുള്ള വഴികൾ ഞാൻ ആലോചിച്ചു. അപ്പോഴാണ് മലയാളം നോട്ടുബുക്ക് പൊതിഞ്ഞിരുന്ന മംഗളം വാരികയുടെ പുറം ചട്ടയിലെ സുന്ദരിപ്പെണ്ണിൽ കണ്ണുകളുടക്കിയത്. കൈയിലിരുന്ന പേനകൊണ്ട് ആ ചിത്രത്തിൽ ചില മിനുക്കുപണികൾ ചെയ്യാൻ തുടങ്ങി. പതിയെ പതിയെ മനസ്സ് സ്ഥലകാല ബോധം നഷ്ടപ്പെട്ട് അതിലേക്ക് മുഴുകിപ്പോയി.

പെട്ടെന്നെനിക്ക് എന്തോ അപകടം മണത്തു. ക്ലാസ്സിൽ അപായകരമായൊരു നിശബ്ദത. ഇടയ്ക്ക് ആരുടെയോ അടക്കിപ്പിടിച്ച ചിരിയൊച്ചകൾ. അടുത്തിരുന്ന കുട്ടി പതിയെ തുടയിൽ നുള്ളിയപ്പോൾ ഞാൻ ഞെട്ടി തലയുയർത്തി നോക്കി. തൊട്ടുമുന്നിലുള്ള മേശയിലേക്ക് കൈകൾ കുത്തി മുന്നിലേക്ക് ചാഞ്ഞ് എന്റെ മുന്നിലുള്ള ബുക്കിലേക്ക് എത്തിനോക്കി നിൽക്കയാണ് മാഷ്. കൂട്ടുകാരുടെ ചിരിക്ക് കനം കൂടിവന്നു. ഞാൻ ആകെ ചമ്മി ഐസായിപ്പോയി. അത് കണക്കിലെടുക്കാതെ, എന്നെ കളിയാക്കാനുള്ള ഒരവസരം കൂടി കൈവന്ന ആനന്ദത്തോടെ, തനി അച്ചായൻ ഭാഷയിൽ സാർ ചോദിക്കുന്നു.

‘‘എന്തോന്നാ അന്നാമ്മച്ചേടത്തി അവിടെ പണി..?’’

ശേഷം എന്റെ മുൻപിലിരുന്ന ബുക്കിലേക്ക് എത്തിനോക്കിയിട്ട് വീണ്ടും.

‘‘കളറു കൂട്ടുവാന്നോ..?’’

ചുറ്റും കൂട്ടച്ചിരി മുഴങ്ങി. ഏറ്റവുമടുത്ത കൂട്ടുകാരികൾ പോലും കുനിഞ്ഞിരുന്നു ചിരിച്ചു. അപമാനവും രോഷവും കൊണ്ട് ഞാൻ നീറിപ്പുകഞ്ഞു. ആത്മനിയന്ത്രണം നഷ്ടപ്പെട്ടുപോയ ആ നിമിഷം, പക്വതയെത്താത്ത കൗമാരത്തിന്റ തള്ളലിൽ അറിയാതെ എന്റെ നാവിൽ നിന്നും അഹങ്കാരം മുറ്റിയ രണ്ടു വാക്കുകൾ പുറത്തേക്കു തെറിച്ചു.

‘‘അല്ല, കുറയ്ക്കുകയാണ്.’’

കുട്ടികളുടെ ചിരി നിലച്ചു. ക്ലാസ്സിൽ പരിപൂർണ്ണ നിശബ്ദത. വീണ്ടു

വിചാരമുണ്ടായപ്പോൾ ഞാൻ ഞെട്ടിപ്പോയി. എന്താണ് പറഞ്ഞത്..! ഇത്ര അഹങ്കാരവാക്കുകൾ ഉച്ചരിക്കാൻ, അതും സ്വന്തം അദ്ധ്യാപകനോട്, ഞാൻ എവിടെ നിന്നാണ് പഠിച്ചത്. തളർന്നുപോയി ഞാൻ. ഇനി വരാൻ പോകുന്നതെന്ത് എന്നോർത്ത് ശരീരം വിറച്ചു. മേശപ്പുറത്തിരിക്കുന്ന കനപ്പെട്ട ചൂരൽ എന്റെ കൈയിൽ ആഞ്ഞു പതിച്ചേക്കാം. ചോരപ്പാടുകൾ തീർത്തേക്കാം.. എന്റെ കയ്യിൽ പിടിച്ചു വലിച്ച് ക്ലാസിനു പുറത്തേക്ക് വലിച്ചെറിഞ്ഞേക്കാം.., അതുമല്ലെങ്കിൽ ഓഫീസിലേക്ക് വലിച്ചിഴച്ച് ചോരക്കണ്ണുകളുള്ള ഹെഡ്മാസ്റ്ററുടെ കോപത്തിന് പാത്രമാക്കുകയും, അടുത്ത ദിവസം മാതാപിതാക്കളുമായി സ്കൂളിലെത്താൻ കല്പിക്കപ്പെടുകയും ചെയ്തേക്കാം.. എന്റെ തല കറങ്ങി. (അദ്ദേഹത്തിന്റെ സ്ഥാനത്ത് ഞാൻ ആയിരുന്നെങ്കിൽ ഒരുപക്ഷെ ഇതെല്ലാം തന്നെ സംഭവിക്കുമായിരുന്നു. അത്രയ്ക്കും ക്ഷമയില്ലാത്ത ഒരദ്ധ്യാപികയാണ് ഞാൻ.) എന്നാൽ അദ്ദേഹം അന്ന് കാണിച്ച അസാമാന്യമായ ക്ഷമയും, സംയമനവും, അദ്ദേഹത്തിന് എന്നോടുണ്ടായിരുന്ന സ്നേഹവാത്സല്യങ്ങളുടെ അടയാളമായി ഇന്ന് ഞാൻ കരുതുന്നു. ഒന്നും മിണ്ടാതെ ഒരു ചെറുചിരിയോടെ തിരിഞ്ഞുനടന്ന അദ്ദേഹം പതിവുപോലെ ഒറ്റ ചാട്ടത്തിന് മേശയുടെ വിളുമ്പിൽ കയറിയിരുന്നു. ചെയ്തത് തെറ്റായിപ്പോയെന്നും ഇനി ഒരിക്കലും അങ്ങനെ ചെയ്യരുതെന്നും എന്നെ ഉപദേശിച്ചു. നിറഞ്ഞ കണ്ണുകളോടെ തല കുമ്പിട്ടു നിന്ന് ഞാൻ എല്ലാം കേട്ടു. മാഷ് എന്നോട് ഇരിക്കാൻ പറഞ്ഞു. ഞാൻ ഇരുന്നു. എന്നാൽ ഇരുന്നത് ഒരു തീച്ചൂളയിലായിരുന്നു. അകവും പുറവും ഒരുപോലെ പൊള്ളിക്കൊണ്ടിരുന്നു. അദ്ധ്യാപകരുടെയും സഹപാഠികളുടെയും മുൻപിൽ എനിക്കുള്ള സത്പ്പേര്, വീട്ടിൽ അറിഞ്ഞാലുണ്ടാവുന്ന ഭവിഷ്യത്ത്. അങ്ങനെ ജീവിതത്തിൽ ആദ്യമായും അവസാനമായും സ്വന്തം അപരാധം മൂലം ഞാൻ അപമാനിതയായി. ഒരിക്കലും പൊറുക്കപ്പെടാത്ത തെറ്റ്, ഗുരുനിന്ദ.

ക്ലാസുകളെല്ലാം കഴിഞ്ഞു. പത്താംതരത്തിലെ കുട്ടികൾക്ക് വിരഹത്തിന്റെയും വിടപറയലിന്റെയും നാളുകളെത്തി. പല തരത്തിലും നിറത്തിലുമുള്ള ഓട്ടോഗ്രാഫുകളുമായി കുട്ടികൾ അങ്ങുമിങ്ങും പറന്നുനടന്നു, കൂടെ ഞാനും.. എന്നാൽ അദ്ധ്യാപകരുടെ ആശംസകൾ കുറിച്ചുവാങ്ങുക എന്നത് എന്റെ മുന്നിലെ ഏറ്റവും

വലിയ കടമ്പയായി. അതിനായി സ്റ്റാഫ്റൂമിൽ പോവാൻ എനിക്ക് ധൈര്യമുണ്ടായിരുന്നില്ല. പലപ്പോഴായി അദ്ധ്യാപകരെല്ലാം തന്നെ എന്റെ ഓട്ടോഗ്രാഫിൽ ഓരോ വരി കുറിച്ചുതന്നു. ബാക്കിയുണ്ടായിരുന്നത് രവിമാഷ് മാത്രമായിരുന്നു. അദ്ദേഹത്തിന്റെ ആശംസകൾ മാത്രം തരപ്പെടാതെ വരുമോ എന്ന് ഞാൻ ഭയന്നു. അങ്ങനെ അവസാന ദിവസമെത്തി. രണ്ടും കല്പിച്ച് ഞാൻ സ്റ്റാഫ്റൂമിന്റെ വാതിൽക്കലെത്തി. അകത്തേക്ക് കയറാനുള്ള അനുവാദം കിട്ടിയപ്പോൾ വിറയ്ക്കുന്ന കാലുകളോടെ നടന്നുചെന്നു. ഏതാണ്ടെല്ലാ അദ്ധ്യാപകരും ആ സമയം അവിടെയുണ്ടായിരുന്നു. എല്ലാവരുടെയും മുൻപിൽ വെച്ച് രവിമാഷ് എന്നെ ശകാരിക്കുമെന്നും അപമാനിതയാക്കപ്പെടും എന്നും ഞാൻ ഉറപ്പിച്ചിരുന്നു. എങ്കിലും അദ്ദേഹത്തോട് പറയാനായി ക്ഷമാപണത്തിന്റെ രണ്ടുവരികൾ ഞാൻ കരുതിവെച്ചിരുന്നു. പതിയെ മാഷിനടുത്തേക്ക് നടന്നുചെന്ന് ഓട്ടോഗ്രാഫ് നീട്ടി. ഒന്നും പറയാതെ മാഷ് അത് വാങ്ങി ആശംസാവാചകം കുറിച്ച് അടിയിൽ 'രവി പനച്ചിക്കാട്' എന്നെഴുതി ഒപ്പിട്ടു. ചിരിയോടെ അതെനിക്ക് തിരിച്ചുനൽകി. എന്നിട്ട് പറഞ്ഞു..

'ആൾ ദ ബെസ്റ്റ് ആനി'

വീണ്ടും എന്റെ കണ്ണുകൾ നിറഞ്ഞു. ആദ്യമായി മാഷ് എന്റെ പേര് ഉച്ചരിച്ചിരിക്കുന്നു. എന്റെ നാവ് ബന്ധിക്കപ്പെട്ടു. ഉരുവിട്ടു പഠിച്ച ക്ഷമാപണപദങ്ങൾ മറന്നേപോയി. വിറയ്ക്കുന്ന കരങ്ങളോടെ ഓട്ടോഗ്രാഫ് തിരിച്ചുവാങ്ങി അവിടെ നിന്നും ഞാനോടി രക്ഷപെട്ടു.

പരീക്ഷ കഴിഞ്ഞു. കുട്ടികൾ പല വഴിക്ക് പിരിഞ്ഞു. അദ്ധ്യാപകരും. അതിനുശേഷം രവിമാഷിനെ ഞാൻ കണ്ടിട്ടില്ല. വർഷങ്ങളെത്ര കടന്നുപോയി..! അദ്ദേഹം ഇപ്പോൾ എവിടെയാണെന്നെന്നു പോലുമറിയില്ല. ഈ നീണ്ട കാലയളവിനുള്ളിൽ മനസ്സുകൊണ്ട് ഒരായിരം തവണ ആ കാൽക്കൽ വീണു മാപ്പപേക്ഷിച്ചിട്ടുണ്ട്. എങ്കിലും, എന്നെങ്കിലും കണ്ടു മുട്ടുകയാണെങ്കിൽ ആ പാദങ്ങളിൽ അർപ്പിക്കാനായി മിഴികളിൽ ഇപ്പോഴും കരുതിവെച്ചിട്ടുണ്ട് രണ്ടു തുള്ളി കണ്ണുനീർ..

എന്റെ ഗുരു ദക്ഷിണ..

●

12. രജനീസ്മൃതികൾ

ചുവപ്പ്, മഞ്ഞ, പച്ച.. പല വർണ്ണക്കടലാസുകൾ... വീടിനു മുന്നിലുള്ള മൺപാതയിലൂടെ സിനിമാപരസ്യം ഉച്ചത്തിൽ വിളിച്ചു പറഞ്ഞുകൊണ്ട് പാഞ്ഞുപോകുന്ന പഴയ ജീപ്പിന്റെ തുറന്ന പിൻഭാഗത്തുനിന്നും പറന്നുയരുന്ന നോട്ടീസുകൾ... അന്തരീക്ഷത്തിലേക്ക് പെരുകിപ്പിറക്കുന്ന നാനാവർണ്ണ കടലാസുകൾ. കൂട്ടുകാരോടൊപ്പം മത്സരിച്ചോടി ഏട്ടനും കൈക്കലാക്കി കുറച്ചുനോട്ടീസുകൾ. അവയിൽ പകുതിയും കരഞ്ഞുവിളിച്ച് ഞാൻ സ്വന്തമാക്കി. വീട്ടിലെ ഇളയ സന്താനവും വല്യപ്പച്ചന്റെയും വല്യമ്മച്ചിയുടേയും അളവറ്റ സ്നേഹവാത്സല്യങ്ങൾക്ക് പാത്രീഭൂതയുമായിരുന്ന കാരണത്താൽ ഇഷ്ടപ്പെട്ടതെന്തും കുഞ്ഞേട്ടനിൽ നിന്നും കൈവശപ്പെടുത്താൻ എനിക്ക് എളുപ്പത്തിൽ കഴിഞ്ഞിരുന്നു. അങ്ങനെ നിലവിളിച്ചു സ്വന്തമാക്കിയ നോട്ടീസുകളിൽ പ്രേംനസീറിന്റെയും ഷീലയുടെയും പടമുണ്ടായിരുന്നു. 'പൊന്നാപുരം കോട്ട' കാണാൻ എനിക്ക് ധൃതിയായി. അമ്മയുടെ അടുത്തുചെന്ന് ആഗ്രഹം പറഞ്ഞു. നസീറിന്റെയും ഷീലയുടെയും വടക്കൻ പാട്ടുകളുടെയും കടുത്ത ആരാധികയായിരുന്ന അമ്മയ്ക്കുമുണ്ടായിരുന്നു സിനിമ കാണാൻ കൊതി. അങ്ങനെ, എന്നെപ്പോലെ ധൃതി കൂടിപ്പോയ നിരവധി കുട്ടികളും അമ്മമാരും അച്ഛൻമാരും വൈകിട്ട് രജനി ടാകീസിന്റെ മുൻപിൽ എത്തിച്ചേർന്നു. കഴിഞ്ഞ നൂറ്റാണ്ടുകളിൽ മനുഷ്യജീവിതങ്ങൾക്ക് കണക്കറ്റ ഹാനി വരുത്തിയതും വീണ്ടും വരാനിരിക്കുന്നതുമായ മഹാമാരികളെക്കുറിച്ച് തികച്ചും അജ്ഞരായി, സന്തോഷചിത്തരായി ഏവരും ടിക്കറ്റിനുള്ള മണിയടിക്കുന്നതും

കാത്ത് രജനിക്ക് മുന്നിൽ പ്രതീക്ഷയോടെ നിന്നു.

രജനി ടാകീസ്....

സാധാരണക്കാരിൽ സാധാരണക്കാരായ, നിഷ്കളങ്കരായ ജനങ്ങൾ പാർത്തിരുന്ന ചാലിയാർ എന്ന എന്റെ ഗ്രാമത്തിലെ ജനങ്ങൾക്ക് മനോരഞ്ജനത്തിനുള്ള ചുരുക്കം ചില മാർഗ്ഗങ്ങളിൽ ഒന്നായിരുന്നു രജനി എന്ന സിനിമാകൊട്ടക. പകൽ മുഴുവൻ വേല ചെയ്തു തളർന്ന കൂലിവേലക്കാരും സാധാരക്കാരും വൈകുന്നേരങ്ങളിൽ രജനിയെ കാണാനെത്തി. പുതിയ സിനിമകൾ റിലീസായി ഏറെ വർഷങ്ങൾക്ക് ശേഷമാണ് അവ ഓരോന്നായി രജനിയിലെത്തിയിരുന്നത്. അതിൽ ആർക്കും പരിഭവമുണ്ടായിരുന്നില്ല. നിലമ്പൂർ ടൗണിൽ അന്ന് (ഇന്നും) മൂന്ന് സിനിമാകൊട്ടകകൾ ഉണ്ട്. ഫെയറിലാന്റും രാജേശ്വരിയും ജ്യോതിയും. പുതിയ സിനിമകൾ താമസംവിനാ അവിടങ്ങളിൽ പ്രദർശിപ്പിച്ചിരുന്നു. എങ്കിലും ദൂരക്കൂടുതലും അധികച്ചെലവും കണക്കിലെടുത്ത് സാധാരണക്കാരായ ജനങ്ങൾ രജനിയിലെ പഴയ പടങ്ങളുമായി സമരസപ്പെട്ട് ജീവിച്ചുപോന്നു. ആ തീയേറ്ററിലിരുന്നാണ് പൊന്നാപുരം കോട്ടയും, ഗോഡ്ഫാദറും, ജുറാസിക് പാർക്കും ഞാൻ കണ്ടത്.

അന്നൊക്കെ സിനിമയ്ക്ക് പോവുക എന്നത് ഒരാഘോഷമാണ്. വൈകുന്നേരം ഏഴരക്ക് തുടങ്ങുന്ന 'ഫസ്റ്റ് ഷോ'യ്ക്കാണ് പോവുക. സുഹൃത്തുക്കളും ബന്ധുക്കളുമായ മൂന്നോ നാലോ വീട്ടുകാരുണ്ടാവും. അത്താഴമെല്ലാം ഒരുക്കിവെച്ച് അമ്മമാരും ഞങ്ങൾ കുട്ടികളും യാത്രയ്ക്കൊരുങ്ങും. മൂന്ന് ബാറ്ററിയിടുന്ന നീണ്ട എവറെഡി ടോർച്ച് അമ്മ കൈയിലെടുക്കും. പടം കഴിഞ്ഞ് തിരിച്ചു വരുമ്പോൾ വെളിച്ചത്തിനുള്ള ഉപാധിയാണ്. എന്റെ കൈയിൽ ഒരു തൂവാലയുണ്ടാവും. കണ്ണീർ തുടക്കാനുള്ളതാണ്. ഏത് സിനിമ കണ്ടാലും കരയുക എന്നത് അന്നുമെന്നും എന്റെ ഒരു ശീലമായിരുന്നു. പെൺകൂട്ടത്തിൽ കൂടാനുള്ള മടികാരണം അച്ഛന്മാർ അങ്ങാടിയിലേക്കെന്നും പറഞ്ഞ് നേരത്തെ പുറപ്പെട്ടിട്ടുണ്ടാവും. ആറുമണിയാവുമ്പോഴേക്കും ഞങ്ങളും.

വിശാലമായ നെൽവയലിലൂടെ പാടവരമ്പ് മുറിച്ചുകടന്ന് ഞങ്ങൾ നടക്കും. ആൺകുട്ടികൾ ഏറ്റവും മുൻപിൽ. പിന്നാലെ ഷൈനിയും ഞാനും. ഏറ്റവും പുറകിൽ അമ്മമാർ. കഥകളും തമാ

ശകളും ഒക്കെയായി എത്ര രസകരമായിരുന്നു ആ സായാഹ്ന ങ്ങൾ. അമ്മമാർ സംസാരിക്കുന്നത് വളരെ ഗൗരവതരവും രഹസ്യ സ്വഭാവമുള്ളതുമായ കാര്യങ്ങളാണ്. അതുകേൾക്കാൻ ഞങ്ങൾ കുട്ടികൾക്ക് അവകാശമില്ല. കേൾക്കാനുള്ള കൊതിയിൽ ഇടയ്ക്കെങ്ങാനും ഒന്ന് ചെവി വട്ടംപിടിച്ചാൽ ചീത്ത ഉറപ്പ്. പാടം കഴിഞ്ഞ് കയറുന്നത് ആളൊഴിഞ്ഞ ഒരു തൊടിയിലേയ്ക്കാണ് അതിൽ നിറയെ ചക്കകൾ കായ്ചുകിടക്കുന്ന ഒരു പ്ലാവുണ്ട്. അതുകാണുമ്പോൾ അമ്മമാർ പറയും, 'ചാവ് ഫലം എന്ന് പറയണത് ഇതാണ്..' ആ പ്ലാവിൽ ഒരാൾ തൂങ്ങി മരിച്ചുവത്രേ. അതിനുശേഷമാണ് ഇത്രയധികം ഫലമുണ്ടാവുന്നത് എന്നാണ് വിവക്ഷ. ആളനക്കമില്ലാത്ത, കാടുപിടിച്ച തൊടിയിലെ ഇടിഞ്ഞു പൊളിഞ്ഞുകിടക്കുന്ന വീടിനെ ഞാൻ ഭയത്തോടെ നോക്കും. ഷൈനിയെ വിട്ട് അമ്മയോട് ചേർന്നുനടക്കും.. ആ തൊടി കടന്ന് കുറച്ചുമുന്നോട്ടുപോയാൽ രജനിയെത്തി.

മുളകൾ ചീന്തി മെടഞ്ഞുണ്ടാക്കിയ വലിയ പരമ്പുകൾ കൊണ്ടാണ് തിയേറ്ററിന്റെ ഭിത്തികൾ പണിതിരുന്നത്. പനയോലകൾ അടുക്കിവെച്ച് മേഞ്ഞതായിരുന്നു മേൽക്കൂര. എന്റെ ചെറുപ്പത്തിൽ ഞാൻ കണ്ടിട്ടുള്ള ഏറ്റവും വലിയ കെട്ടിടമായിരുന്നു അത്. അന്ന്, നാലകത്ത് വീരാക്കയുടെ വീടും കാര്യസ്ഥന്റെ മാളികയുമായിരുന്നു നാട്ടിലെ വലിയ വീടുകൾ. അതിനെയും വെല്ലുന്ന വിസ്തൃതിയുണ്ടായിരുന്നു ഈ കൊട്ടകയ്ക്ക്. മുൻപ് ഓല മേഞ്ഞതായിരുന്നു കൊട്ടകയുടെ മേൽക്കൂര. ഒരിക്കൽ സെക്കന്റ് ഷോയും കഴിഞ്ഞ് ആളുകളൊഴിഞ്ഞ ഒരു രാത്രിയിൽ കൊട്ടകയ്ക്ക് തീ പിടിച്ചു. അതിനുശേഷം പുതുക്കിപ്പണിത കൊട്ടകയിലാണ് ചിത്രങ്ങൾ പ്രദർശിപ്പിച്ചിരുന്നത്. കൊട്ടകയുടെ ഉൾഭാഗം സീറ്റുകളുടെ അടിസ്ഥാനത്തിൽ മൂന്നു ഭാഗങ്ങളായി തിരിച്ചിരുന്നു. ഏറ്റവും മുന്തിയ ഫസ്റ്റ് ക്ലാസ് ടിക്കറ്റിന് മൂന്നു രൂപയും സെക്കന്റ് ക്ലാസിന് രണ്ടു രൂപയും തേർഡ് ക്ലാസിന് ഒരു രൂപയുമായിരുന്നു നിരക്ക്. കൈയിലുള്ള പണത്തിന്റെ തോതിനൊത്ത് ടിക്കറ്റുകളെടുത്ത് അക്ഷമരായി ആളുകൾ സിനിമകൾ കണ്ടു തീർത്തു. കൈകൾ കൊട്ടിയും ആർപ്പുവിളിച്ചും ചില ലോല ഹൃദയർ കരഞ്ഞുപിഴിഞ്ഞും ആവേശത്തിമിർപ്പിൽ 'അടിയെടാ അവനെ, അങ്ങനെത്തന്നെ, അവന് അങ്ങനെത്തന്നെ വരണം' തുടങ്ങിയ

ആക്രോശങ്ങളാലും കൊട്ടകയ്ക്കകം ശബ്ദമുഖരിതമാക്കി. വലിപ്പച്ചെറുപ്പമില്ലാതെ ഏവരും പ്രിയ താരങ്ങളെ നിറഞ്ഞ മനസ്സോടെ സ്വീകരിച്ചു. മിക്കവാറും എല്ലാ സിനിമകളും കണ്ട് കരയുക എന്നത് എന്റെയൊരു പതിവായിരുന്നു. ആകാശദൂത് എന്ന പടം കാണാൻ പോയത് മറക്കാൻ കഴിയില്ല. കണ്ണീർപ്പടമാണ് എന്നുള്ള അറിയിപ്പ് മുൻകൂട്ടി കിട്ടിയിരുന്നതിനാൽ മിഴിനീരൊഴുക്ക് തടയാനായി ടവ്വൽ, തോർത്ത് എന്നീ ഉപാധികൾ കയ്യിൽ ഒളിപ്പിച്ചുകൊണ്ടാണ് നാരീജനങ്ങളധികവും കൊട്ടകയിൽ പ്രവേശിച്ചത്. സിനിമ അവസാന പകുതിയിലേക്ക് കടന്നതോടുകൂടി അന്തരീഷം ആകെ മാറി. മൂടിക്കെട്ടിനിന്ന ആകാശം ആർത്തലച്ചു പെയ്യാൻ തുടങ്ങി. സ്ത്രീജനങ്ങൾക്കും ബാലികമാർക്കും കണ്ണുനീർ പ്രവാഹം നിയന്ത്രിക്കാൻ കഴിഞ്ഞില്ല. ഏങ്ങലടികളും തേങ്ങലുകളും വിവിധ കോണുകളിൽനിന്നും ഉയർന്നുകേട്ടു. ഓരോ കവിളുകളിൽ നിന്നും ഒലിച്ചിറങ്ങിയ കണ്ണുനീർച്ചാലുകൾ ഒരുമിച്ച് ചേർന്ന് തോടായും പുഴയായും രൂപാന്തരപ്പെട്ട് തിയറ്ററിനകത്ത് വെള്ളപ്പൊക്കം തന്നെയുണ്ടായേക്കുമെന്ന് പ്രൊപ്രൈറ്റർ ഭയന്നിട്ടുണ്ടാവണം. എന്തായാലും ഉണങ്ങാത്ത മിഴികളും ചുവന്നു വീർത്ത കൺതടങ്ങളും പുരുഷൻമാർ കാണാതിരിക്കാൻ സ്ത്രീകൾ സാരിത്തലപ്പ് തലയിലൂടെ വലിച്ചിട്ട് മുഖംമറച്ചു. എന്റെ കയ്യിലിരുന്ന കൊച്ചുതൂവാല പിഴിഞ്ഞെടുത്താൽ ഒരു പാടത്തെ പച്ചക്കറിയത്രയും നനയ്ക്കാനുള്ളത്ര വെള്ളം കിട്ടുമായിരുന്നു.

ടാകീസ് ഉടമസ്ഥന്റെ മകളായിരുന്നു രജനി. അങ്ങനെയാണ് കൊട്ടകയ്ക്ക് രജനി ടാകീസ് എന്ന പേര് കിട്ടിയത്. രജനിയെ ഞാൻ കണ്ടിട്ടില്ല. കാണാൻ വളരെ ആഗ്രഹിച്ചിരുന്നു. ഞാൻ ചെറുതായിരുന്നപ്പോൾത്തന്നെ രജനി വിവാഹം കഴിഞ്ഞ് പാലക്കാടുള്ള ഭർതൃഗൃഹത്തിലേക്ക് പോയിക്കഴിഞ്ഞിരുന്നു. ഒരു ഗ്രാമത്തിന്റെ മുഴുവൻ ഹൃദയത്തുടിപ്പായി മാറിയ രജനിയെ ഞാൻ സ്നേഹിച്ചു, ആരാധിച്ചു. ടാകീസിലെത്തുമ്പോഴൊക്കെ അതിന്റെ മുന്നിലായുള്ള ചുവപ്പും കറുപ്പും കലർന്ന വലിയ അക്ഷരങ്ങളിലേയ്ക്ക് ഞാൻ ആരാധനയോടെ നോക്കിനിന്നു. ഒരു പ്രദേശത്തിന്റെ തന്നെ വിനോദോപാധിക്ക് നാമധാരിയായിത്തീരാൻ കഴിഞ്ഞ രജനിയുടെ ഭാഗ്യത്തിൽ ഞാൻ അസൂയപ്പെട്ടു. ഒരിക്കലെങ്കിലും രജനിയെ കാണണമെന്ന് ഞാനാഗ്രഹിച്ചു. സാധിച്ചില്ല.

മാറ്റങ്ങൾ കാലത്തിന്റെ നിയതിയാണല്ലോ. അനിവാര്യവും. ഒരു കാലത്ത് ഒരു ജനതയുടെ ജീവിതത്തിന്റെ ഒഴുക്കിനെത്തന്നെ സ്വാധീനിച്ച രജനി ടാകീസ് ഇന്നില്ല. പകരം ആ സ്ഥാനത്ത് വലിയൊരു ഫ്ളാറ്റ് ഉയർന്നുവത്രേ! എനിക്ക് അത്ഭുതംതോന്നി. ചാലിയാർപോലെ ചെറിയൊരു ഗ്രാമത്തിലും ഉയർന്നുവോ ഫ്ളാറ്റ് സംസ്കാരം..! വിശ്വസിക്കാൻ പ്രയാസം തോന്നി. പ്രവാസ ജീവിതം സമ്മാനിച്ച വർഷങ്ങളുടെ വിടവുകൾ പഴയ കൊച്ചു ഗ്രാമത്തിന്റെ മുഖഛായ മാറ്റിയ വിവരം ഞാൻ അറിയാതെപോയി.

എന്തൊക്കെ മാറിയാലെന്ത്..? ഓർമ്മകൾക്ക് മാറാനാവില്ലല്ലോ. രജനിയും അവളുടെ മുന്നിൽ ചെലവഴിച്ച സായാഹ്നങ്ങളും ഒരിക്കലും വഴിമാറിപ്പോവുകയില്ല.

●

13. ഒരു ആനവാൽ പ്ലീസ്

ഒരു മഴ ദിനം ..!

ഖലീൽ ജിബ്രാന്റെ മഴക്കവിത പഠിപ്പിച്ചുകസറുകയാണ് ഞാൻ. ഒമ്പതാം ക്ലാസാണ്. മഴയുടെ മനോഹാരിതയെയും മഴവിനോദങ്ങളുടെ അനന്തസാധ്യതകളെയുംകുറിച്ച് സംസാരിക്കുന്നതിനിടയിൽ കുട്ടികളോട് അവർ ഓരോരുത്തരുടെയും മഴയനുഭവങ്ങൾ പങ്കുവെയ്ക്കാൻ ഞാൻ ആവശ്യപ്പെട്ടു. ഒപ്പം, എന്റെ കുട്ടിക്കാലത്തെ ചില 'മഴ നനയലുകൾ' അവരുമായി പങ്കുവെയ്ക്കുകയും ചെയ്തു. മഴ നനഞ്ഞു സ്കൂളിൽ പോകുന്നത്. കുടയുണ്ടെങ്കിലും അത് മടക്കി കൈയിൽവെച്ച് മനപ്പൂർവം മഴ നനയുന്നത്. മഴ വെള്ളത്തിൽ തുള്ളിക്കളിക്കുന്നത്.. അങ്ങനെയങ്ങനെ. അത് കേട്ടുകൊണ്ടിരിക്കുമ്പോൾ ഒരു വിദ്യാർത്ഥി എഴുന്നേറ്റുനിന്ന് പറയുകയാണ്..

'മഴ നനയാനും മഴയത്ത് കളിക്കാനും ഒക്കെ രസമാണ്. എന്നാൽ ഞങ്ങളുടെ മാതാപിതാക്കൾ അതിനൊന്നും ഞങ്ങളെ അനുവദിക്കാറില്ല. മഴയിലേയ്ക്കിറങ്ങിയാൽ വഴക്കു പറയാൻ തുടങ്ങും.' മറ്റ് കുട്ടികളും അതേറ്റുപിടിച്ചു.

'ശരിയാണ്. മഴയത്ത് കളിക്കാൻ മാത്രമല്ല, ഒന്നിനും സമ്മതിക്കാറില്ല മാതാപിതാക്കൾ. എങ്ങോട്ട് തിരിഞ്ഞാലും അരുത് എന്നുള്ള വിലക്കുകൾ മാത്രം.'

മനസ്സിലായി.. ഞാനടക്കമുള്ള മാതാപിതാക്കൾക്കു നേർക്കുള്ള ഒളിയമ്പാണത്..!

''ശരി, ഒരു കാര്യം ചെയ്യൂ.'' ഞാൻ പറഞ്ഞു.

''ഇന്ന് നിങ്ങളുടെ മാതാപിതാക്കൾ നിങ്ങളെ ചെയ്യാൻ അനുവദിക്കാത്തതൊക്കെ നിങ്ങൾ മാതാപിതാക്കളാവുന്ന സമയത്ത് ചെയ്തുകൊള്ളൂ.'' ഞാൻ ചിരിച്ചു.

''ആ സമയത്ത് ആരും നിങ്ങളെ തടയില്ല.''

കുട്ടികൾ അതു കേട്ട് ഒരു നിമിഷം പകച്ചിരുന്നു. പിന്നെ അതിലെ തമാശയോർത്ത് ചിരിച്ചു.

കുട്ടികളെ സമാധാനിപ്പിച്ചുവെങ്കിലും ഉള്ളിന്റെയുള്ളിൽ ഇത്തിരി സങ്കടം ബാക്കിനിന്നു. അവർ പറഞ്ഞതത്രയും ശരിയാണ്. ഒരു മുപ്പത് വർഷം മുൻപുള്ള കുട്ടികൾ ആസ്വദിച്ചിരുന്ന ബാല്യമല്ല ഇന്നത്തെ കുട്ടികളുടേത്. മണ്ണിൽ കളിച്ചും മഴയിൽ കുളിച്ചും വളർന്ന ബാല്യം. ഇന്ന് കുട്ടികൾ മണ്ണിലേയ്ക്കൊന്നിറങ്ങിയാൽ, മഴയിത്തിരി നനഞ്ഞാൽ, അസുഖം വരുമെന്ന് പേടിച്ചും പേടിപ്പിച്ചും നമ്മളവരെ വീടിനകത്തിട്ടു വളർത്തുന്നു. കുഞ്ഞുങ്ങളോട് നാം ചെയ്യുന്ന അനീതി..!

ആ നിമിഷം, തണുപ്പിന്റെ നാട്ടിലെ വിറങ്ങലിച്ച ആ ക്ലാസ്സ് റൂമിൽ നിന്ന്, പ്രണയഗായകന്റെ മഴ വരികളിൽ നിന്ന്, കേരനാട്ടിലെ ഒരു കൊച്ചുഗ്രാമത്തിൽ ചെലവഴിച്ച എന്റെ ബാല്യകാലത്തിലേക്ക് മനസ്സുകൊണ്ട് ഞാൻ ഒരു യാത്ര പോയി.

കുട്ടിക്കാലം..

ഓർമ്മക്കുടുക്കയിൽ എന്നും മിഴിവോടെ കാത്തുസൂക്ഷിക്കുന്ന ഒരു മയിൽപ്പീലിത്തുണ്ട്. ചോരച്ചുവപ്പുള്ള കുന്നിക്കുരു മണികൾ.. പലവർണ്ണ വളപ്പൊട്ടുകൾ. ബാല്യത്തിന്റെ കൗതുകങ്ങൾ..

കുറെ നല്ല കൂട്ടുകാരും നാട്ടിൻപുറത്തെ നന്മകളുമായിരുന്നു അക്കാലത്തിന്റെ പ്രത്യേകത. ഓണക്കാലമായാൽ കൂട്ടുകാരുമൊത്ത് പൂക്കൾ തേടി കാടും മേടും കയറി നടക്കും. തൊടികളിൽ തുമ്പയും തെച്ചിയും മുക്കുറ്റിപ്പൂവും ധാരാളിത്തത്തോടെ വളരുന്ന കാലം. അതും പോരാഞ്ഞ് അടുക്കളത്തോട്ടത്തിൽ കയറി, പയറിന്റെ പൂവും മത്തപ്പൂവും ഇറുത്ത് അമ്മയുടെ അടി വാങ്ങും. കുടുതൽ പൂക്കൾ ശേഖരിക്കാനും സ്വന്തം പൂക്കളം മോടി പിടിപ്പിക്കാനുമുള്ള മത്സരമാണ്. അത്തം മുതൽ തിരുവോണം വരെ മുറ്റം ചാണകം മെഴുകി വൃത്തിയാക്കി പൂക്കളമിടണം. ശേഖരിച്ചു കൊണ്ടുവരുന്ന പൂക്കൾ വാഴയിലക്കീറിലോ ചേമ്പിലയിലോ വെള്ളം തളിച്ചുവെച്ച് പുലരിക്കായി കാക്കും. പുലർച്ചെ ഉണർന്ന് മനോഹരമായ പൂക്കളമൊരുക്കും. തിരുവോണമായാൽ കൂട്ടുകാരുടെ വീട്ടിലാണ് ഓണസദ്യ. മധുരമുള്ള ഓർമ്മകൾ..

സ്കൂളിലേയ്ക്കും അവിടെനിന്ന് തിരിച്ചു വീട്ടിലേയ്ക്കുമുള്ള യാത്രകൾ സ്മരണകൾക്ക് മറ്റൊരു മധുരസദ്യ വിളമ്പാറുണ്ടിപ്പോഴും. പച്ചപ്പനംതത്തകൾക്കൊപ്പം വയലിൽ വിളഞ്ഞു കിടക്കുന്ന നെന്മണികൾ കൊറിച്ചും തെളിനീരൊഴുകുന്ന തോട്ടിൽനിന്ന് വെള്ളിപ്പരലുകളെ കോരിയെടുത്തും പുൽക്കൊടിത്തുമ്പിൽ ചാഞ്ചാടുന്ന വർണ്ണത്തുമ്പികളെ കൈക്കുമ്പിളിലാക്കിയും മഷിത്തണ്ട് പറിച്ചും മാങ്ങാനാറിച്ചെടിയുടെ ഇലകൾ നുള്ളി മണത്തും ആഘോഷമാക്കിയ യാത്രകൾ. സ്കൂൾ യൂണിഫോമിന്റെ ചൂടിൽ വിയർത്ത്, പുസ്തക സഞ്ചിയുടെ ഭാരം താങ്ങിത്തളർന്ന്, വീട്ടിൽനിന്ന് ബസ്സിലേയ്ക്കും ബസ്സിൽനിന്ന് വീട്ടിലേയ്ക്കും യാത്ര ചെയ്യുന്ന ഇന്നത്തെ കുട്ടികൾക്ക് ഇതൊക്കെ സങ്കല്പിക്കാൻ മാത്രമേ കഴിയൂ..!

അക്കാലത്തെ ഓർമ്മകളിൽ നല്ലൊരു പങ്കും ചുറ്റിത്തിരിയുന്നത് കോണുമുണ്ട എൽ. പി സ്കൂളിന്റെ അങ്കണത്തിലാണ്. വേനലും വെയിലും മഴയും മാറിമാറി വിരുന്നെത്തുന്ന വിദ്യാലയാങ്കണം.. അവിടെ, കാപട്യമെന്തെന്നറിയാതെ, കളിച്ചും ചിരിച്ചും പ്രകൃതിയിൽനിന്ന് പാഠങ്ങൾ പഠിച്ചും കുറെ കുട്ടികൾ..!

സ്കൂളിന്റെ മുറ്റത്ത് അന്ന് ഒരു ആൽമരം നിൽപ്പുണ്ടായിരുന്നു. അതിന്റെ തായ്ത്തടി ചുവട്ടിൽ രണ്ടായിപ്പിളർന്ന് വീണ്ടും കെട്ടുപിണഞ്ഞ് മുകളിലേക്ക് വളർന്നുനിന്നു. കളിക്കിടയിൽ ആ തായ്ത്തടി വിടവിൽ കുസൃതിക്കുട്ടികൾ കുടുങ്ങിപ്പോവുന്നത് പതിവായിരുന്നു. പിന്നീട് അപ്പുക്കുട്ടൻ മാഷിന്റെ കുട്ടിച്ചൂരലാണ് കുട്ടികളെ അതിൽ നിന്നും പുറത്തെടുത്തിരുന്നത്.

പഴയ സ്കൂൾ കെട്ടിടത്തിന് പിന്നിലായി ഒരു കശുമാവിൻ തോട്ടം ഉണ്ടായിരുന്നു. അതിനെക്കുറിച്ച് രസകരമായ ഒരു സ്മരണ ഇന്നും മനസ്സിൽ മായാതെയുണ്ട്.

ഏട്ടൻ നാലാം ക്ലാസിലും ഞാൻ ഒന്നിലും പഠിക്കുന്ന കാലം.. മഹാവികൃതിയായിരുന്നു ഏട്ടൻ അന്ന്. ഒരു ദിവസം കളിക്കിടയിൽ കശുമാവിൻ തോട്ടത്തിൽ ചെറിയ ഒരു പാമ്പിനെ കണ്ടു, കുട്ടികൾ.. എല്ലാവരും പേടിച്ച് ഓടിമാറിയപ്പോൾ ധൈര്യവാൻ ഏട്ടൻ മുന്നോട്ട് ചെന്ന് ഉണങ്ങിയ ഒരു വടിയെടുത്ത് തല്ലിയും കുത്തിയും അതിനെ കാലപുരിക്കയച്ചു. ചുറ്റും കൂടിനിൽക്കുന്നവരുടെ കണ്ണുകളിലെ ബഹുമാനവും ആരാധനയും കണ്ടതോടു

കൂടി ഏട്ടൻ ഒരു പടി കൂടി മുന്നോട്ടു പോകാൻ തീരുമാനിച്ചു. യാതൊരു മടിയും കൂടാതെ വെറും നിലത്ത് മൃതനായിക്കിടന്ന ഉരഗത്തെ തൂക്കിയെടുത്ത് മാലയായി കഴുത്തിലണിഞ്ഞു. കുട്ടികൾ ആർത്തു ചിരിച്ചു. ഏട്ടന് ജയ് വിളിച്ചു.

ഇതിനിടയിൽ, നല്ല കുട്ടിയായി ക്ലാസ്സിൽ ഇരിക്കുകയായിരുന്ന എന്നോട് കൂട്ടുകാർ ആരോ വന്ന് വിവരമറിയിച്ചു. ഞാൻ ഓടിച്ചെന്നു നോക്കി. പാമ്പിനെ കണ്ഠത്തിൽ ചാർത്തി, ഇടതുകൈ അരയിൽ കുത്തി, വലതുകൈ അഭയ മുദ്രയാക്കി, ഏകപാദാസനത്തിൽ നിൽക്കുകയാണ് കക്ഷി..! ഞാൻ ഭയന്നു. പാമ്പ് ഏട്ടനെ കടിക്കുമോ എന്നാണ് എന്റെ പേടി. അതിന് ജീവനില്ല എന്ന് കുട്ടുകാർ പറഞ്ഞു തന്നു. എന്നിട്ടും എനിക്ക് സമാധാനം കിട്ടിയില്ല. ഞാൻ കരയാൻ തുടങ്ങി. കുട്ടികൾ കാട്ടിക്കൂട്ടുന്ന എല്ലാ കുരുത്തക്കേടുകൾക്കും ഒരേ അന്ത്യമാണല്ലോ. വിവരം കേട്ടറിഞ്ഞ് അപ്പുക്കുട്ടൻ മാഷ് ആയുധവുമായെത്തി. ചക്ഷു:ശ്രവണധാരിയായി, ആശ്രിതർക്ക് അനുഗ്രഹമരുളി നില കൊള്ളുന്ന വീരപുരുഷനെക്കണ്ട് ഒരുമാത്ര നേരത്തേക്ക് മാഷ് ഭക്തിപരവശനായി ചമഞ്ഞു. ഇരു കൈകളും കൂപ്പി ഒന്ന് താണുവണങ്ങി, ശേഷം കാലിന്റെ പെരുവിരൽ നിലത്തൂന്നി മടമ്പൊന്നുയർത്തി. (ദേഷ്യം വരുമ്പോൾ അത് പതിവുള്ളതാണ്.) എന്നിട്ട് ഒറ്റ അലർച്ചയാണ്..

"ക്ലാസ്സീപ്പോകിനെടാ എല്ലാരും."

കുട്ടികൾ പേടിച്ച് ക്ലാസ്സിലേക്കോടി. അതോടെ ആ രംഗത്തിന് തിരശ്ശീല വീണു. എന്തുകൊണ്ടോ അന്ന് ഏട്ടന് അടി കിട്ടിയില്ല. ഒരു പക്ഷെ, അനുഗൃഹീതനായ ആ കലാകാരന്റെ ജീവസ്സുറ്റ പ്രച്ഛന്നവേഷത്തിൽ മാഷിനും മതിപ്പു തോന്നിയിരിക്കാം..

പുതിയതും പഴയതുമായ രണ്ട് കെട്ടിടങ്ങൾ ഒരുമിച്ചു ചേരുന്നിടത്താണ് അന്നത്തെ കിണർ. സമയം കിട്ടുമ്പോഴൊക്കെ ആഴമുള്ള ഈ കിണറ്റിൽ എത്തി നോക്കുന്നതായിരുന്നു ഞങ്ങളുടെ മറ്റൊരു വിനോദം. കിണറിൽ നിറയെ എഴുത്തച്ഛൻമാരുണ്ട്. ജലത്തിന് മുകളിലൂടെ തെന്നിനീങ്ങുന്ന കറുപ്പ് നിറമുള്ള ഒരു പ്രാണിയാണ് എഴുത്തച്ഛൻ. അതിന്റെ യഥാർത്ഥ പേരെന്താണെന്ന് ഇന്നുമെനിക്ക് അറിയില്ല. ഞങ്ങൾ അതിനെ എഴുത്തച്ഛൻ എന്ന് വിളിച്ചു. കിണറിന്റെ ചുറ്റുമറയ്ക്കുള്ളിലേയ്ക്ക് എത്തിനോക്കി

ഓരോരുത്തരും ഓരോ എഴുത്തച്ഛൻമാരുടെ മേൽ അവകാശം സ്ഥാപിക്കും. എന്നിട്ട് അവരെക്കൊണ്ട് '8' എന്ന് ജലത്തിന്റെ മുകൾപ്പരപ്പിൽ എഴുതിക്കലാണ് പിന്നത്തെ ജോലി.

'എട്ടിട് എഴുത്തച്ഛാ...'

'എട്ടിടാൻ...'

എന്നിങ്ങനെ മുകളിൽ നിന്ന് കല്പിക്കും. ചില എഴുത്തച്ഛൻ മാർ പേടിച്ച് പെട്ടെന്ന് എട്ടിടും. അനുസരണാശീലമുള്ള നല്ല എഴുത്തച്ഛൻമാരുടെ ഉടമസ്ഥർ സന്തോഷത്തോടെ ആ വിവരം പരസ്യപ്പെടുത്തും. പറഞ്ഞാൽ കേൾക്കാത്ത എഴുത്തച്ഛൻമാരുടെ മുതലാളിമാർ കോപത്തോടെ അഹങ്കാരികളായ തങ്ങളുടെ അടി മകളെ നിഷ്കരുണം ഉപേക്ഷിച്ച് മറ്റ് നല്ലവരായ എഴുത്തച്ഛൻ മാരുടെ പിന്നാലെ പോവും. കിണറിൽ എത്തി നോക്കിയ കുറ്റ ത്തിന് മുതിർന്നവരുടെ വഴക്ക് കേൾക്കുന്നത് വരെ തുടരുമായി രുന്നു ആ കലാപരിപാടി..

സ്കൂളിന് പിന്നിലായി വലിയ ഒരു നെല്ലിമരമുണ്ടായിരുന്നു. ഓരോ പിരീഡ് കഴിഞ്ഞു കിട്ടുന്ന ഇടവേളകളിലും കുട്ടികൾ ആദ്യം ഓടിയെത്തുന്നത് ആ നെല്ലിച്ചുവട്ടിലേയ്ക്കായിരുന്നു. നെല്ലിക്കയുടെ ചവർപ്പും, ഒപ്പം തണുത്ത കിണർ ജലത്തിന്റെ മധുരിമയും.. ഇനിയും കാലമെത്ര കഴിഞ്ഞാലാണ് ആ ഓർമ്മ കളുടെ മാധുര്യം നാവിൻതുമ്പിൽനിന്ന് നഷ്ടപ്പെട്ടുപോവുക..?

നെല്ലിമരത്തിന് കുറച്ചുമാറി നിൽപ്പുണ്ടായിരുന്നു, ഒരു അപ്പൂ പ്പൻ കശുമാവ്. അതിന്റെ ചുവട്ടിലാണ് ഞങ്ങൾ പെൺകുട്ടികൾ ചിരട്ടകളിൽ കഞ്ഞിയും കറിയും വെച്ച് കളിച്ചിരുന്നത്. ആദ്യ മൊക്കെ മണ്ണുകൊണ്ടുള്ള ഭക്ഷണപദാർത്ഥങ്ങളായിരുന്നു കശു മാവിൽ ചുവട്ടിൽ പാകപ്പെടുത്തിയിരുന്നത്. അല്പം മുതിർന്ന പ്പോൾ അതിന് അന്തസ്സ് പോരെന്നു തോന്നുകയാൽ, ഇത്തിരി കൂടി മോഡേണായ വെർച്ചൽ കിച്ചണിലേക്ക് ഞങ്ങൾ മാറി. ഷൈനി, സന്ധ്യ, വിനീത, സിനി, ഷീബ പിന്നെ ഞാൻ. ഇത്ര യും പേരുടെ ഒരു സംഘമായിരുന്നു ആ മോഡേൺ ടെക്നോ ളജിയുടെ ഉപജ്ഞാതാക്കൾ. അമ്മയുടെ കൈയും കാലും പി ടിച്ച്, വീട്ടിലെ അടുക്കളയിൽ നിന്ന് ഉള്ളി, തക്കാളി, പച്ചമുളക് തുടങ്ങിയ സാധനങ്ങൾ കൈയ്ക്കലാക്കും. അവയെല്ലാം പഴയ ബ്ലേഡിന്റെ കഷണങ്ങൾ ഉപയോഗിച്ച് അരിഞ്ഞ് കറിവയ്ക്കും. പാ

ചകം അപ്പോഴും ചിരട്ടയിൽത്തന്നെ. പാത്രങ്ങളൊന്നും വീട്ടിൽ നിന്ന് അടിച്ചു മാറ്റാൻ ആർക്കും കഴിഞ്ഞിരുന്നില്ല.. ഒരു ദിവസം അബദ്ധത്തിൽ, കൂട്ടുകാരിയുടെ കൈയിലുണ്ടായിരുന്ന ബ്ലേഡ് തട്ടി, ഞങ്ങളുടെ പാചകശാല സന്ദർശിക്കാനെത്തിയ ഒരു കുട്ടിയുടെ കൈ അല്പം മുറിഞ്ഞു. അവൾ കാശുള്ള വീട്ടിലെ കുട്ടിയായിരുന്നതിനാൽ, എന്തോ മഹാവിപത്ത് സംഭവിച്ചതുപോലെ, അദ്ധ്യാപകർ എല്ലാവരുംകൂടി ഉടനെ ഒരു ജീപ്പ് വിളിച്ച് അവളെ ആശുപത്രിയിൽ കൊണ്ടുപോയി. മുറിവിൽ ഒന്നോ രണ്ടോ സ്റ്റിച്ചുമിട്ട് ആഘോഷപൂർവ്വം തിരിച്ചു സ്കൂളിൽ കൊണ്ടുവന്നു.

ഹോ..! അന്ന് കൈ മുറിഞ്ഞത് തന്റേതായിരുന്നെങ്കിലെന്ന് ഞങ്ങൾ ഓരോരുത്തരും ആത്മാർത്ഥമായി ആഗ്രഹിച്ചുപോയി. എന്തായാലും ആ സംഭവത്തിനുശേഷം സ്കൂളിലെ ഫുഡ് ഡിപാർട്ട്മെന്റ് ഞങ്ങളുടെ കുട്ടിയടുക്കളയിൽ മിന്നൽ പരിശോധന നടത്തുകയും ബ്ലേഡ്, പീച്ചാങ്കത്തി തുടങ്ങിയ മാരകായുധങ്ങളും ചീഞ്ഞ തക്കാളി, കരണംപൊട്ടി മുളക് മുതലായ അസംസ്കൃത പദാർത്ഥങ്ങളും കണ്ടെടുത്തതിന്റെ പേരിൽ, മിന്നൽ വേഗത്തിൽ അടുക്കള പൂട്ടി സീൽ വയ്ക്കുകയും ചെയ്തു. അതോടെ അക്കളി അവസാനിച്ചു.

ഇതിലെല്ലാമുപരി, അന്ന് ഞങ്ങളുടെ ബാല്യത്തിന്റെ കൗതുകം മറ്റൊന്നിലായിരുന്നു...

ആനകൾ...!

എടുത്താൽ പൊങ്ങാത്ത ശരീരവുമായി ചലിക്കുന്ന കറുത്ത കൊച്ചു പർവ്വതങ്ങൾ. കുട്ടിക്കാലത്തിന്റെ ഏറ്റവും വലിയ കൗതുകങ്ങളിലൊന്ന്.

എനിക്കും ഇഷ്ടമായിരുന്നു ആനകളെ.. ഇന്നും ഇഷ്ടമാണ്, പർവതം പോലുള്ള ശരീരവുമായി താളത്തിൽ ചുവടുകൾ വച്ച് ചന്തത്തിൽ നീങ്ങുന്ന ഈ കുറുമ്പൻമാരെ.

വർഷങ്ങൾക്ക് മുൻപ് ചാലിയാറിലെ പ്രമാണിയും ധനികനുമായിരുന്ന നാലകത്ത് വീരാക്കയ്ക്ക് സ്വന്തമായുണ്ടായിരുന്നത് നാല് ആനകളായിരുന്നു.! ഇടയ്ക്കിടെ, സ്കൂളിന് മുന്നിലുള്ള റോഡിലൂടെ ഈ ഗജവീരൻമാരുടെ ഒരു പോക്കുണ്ട്. അതുകാണാൻ ഞങ്ങൾ കുട്ടികളെല്ലാം കൂടി ഓടിച്ചെല്ലും.

“പാപ്പാനെ, ഒരാനവാൽ തരോ..?” കുട്ടികൾ ചോദിക്കും.

ഇന്നത്തെ പൈലറ്റുമാരുടെ ഗമയാണ് അന്നത്തെ പാപ്പാൻ മാർക്ക്. ഭൂമിയിൽ ജീവിക്കുന്ന ഏറ്റവും വലിയ ജീവികളിലൊന്നിനെ നിയന്ത്രിക്കുന്നത് ഞങ്ങളാണ് എന്ന അഹങ്കാരത്തോടെ അവർ അനപ്പുറത്ത് ഞെളിഞ്ഞിരിക്കും.

''താ പാപ്പാനെ ഒരാനവാൽ.'' കുട്ടികൾ കെഞ്ചും.

പാപ്പാൻമാർ കേട്ട ഭാവം നടിക്കില്ല. ഞങ്ങളുടെ ഈ ആനവാൽ പ്രേമത്തിന്റെ കാരണം മറ്റൊന്നുമല്ല. സമ്പത്തുള്ള വീട്ടിലെ മിക്ക കുട്ടികളുടെയും അണിവിരലിൽ ആനവാൽ കെട്ടിയ സ്വർണ്ണ മോതിരമുണ്ട്. അത് പത്രാസിന് മാത്രമല്ല, പേടി മാറ്റാൻ കൂടിയുള്ളതാണത്രേ. 'പേടി' എന്ന വാക്കിന്റെ പര്യായം തന്നെയായ എനിക്ക്, ഒരു ആനവാൽ മോതിരം സ്വന്തമാക്കുക എന്നത് എക്കാലത്തെയും വലിയ സ്വപ്നങ്ങളിലൊന്നായിരുന്നു..

ആനകളെ കാണാൻ റോഡിലേയ്ക്കുള്ള കുട്ടികളുടെ ഓട്ടം തടയാൻ പിന്നെപ്പിന്നെ ബെല്ലടിച്ചു കഴിഞ്ഞാൽ സ്കൂൾ ഗേറ്റ് അടച്ചിടാൻ തുടങ്ങി. ഒരു ദിവസം വീരാക്കയുടെ നാല് ആനകളും ഒന്നിനു പിറകെ ഒന്നായി ആ വഴി നടന്നുവന്നു. അസുലഭമായ ആ കാഴ്ച കാണാൻ ആർപ്പുവിളികളോടെ കുട്ടികൾ ഓടിയെത്തി. കൂക്കുവിളിയും ബഹളവും കേട്ട് അപ്പുക്കുട്ടൻ മാഷ് ഇറങ്ങിവന്നു. റോഡിലേയ്ക്കിറങ്ങാൻ നിവൃത്തിയില്ലാതെ, അടച്ചിട്ട ഗേറ്റിൻമേൽ, ചിലുമ്പിമരത്തിൽ കായ്ച്ചു കിടക്കുന്ന ചിലുമ്പിപ്പുളികൾ പോലെ തൂങ്ങിക്കിടന്ന കുട്ടികൾക്കെല്ലാം കിട്ടി അന്ന് ചൂരൽക്കഷായം.

വൈലാശ്ശേരി വേലായുധന്റെ അമ്പലത്തിൽ ഉത്സവത്തിന് പതിനെട്ട് ആനകളെ വരെ എഴുന്നെള്ളിച്ചിരുന്ന ഒരു കാലമുണ്ടായിരുന്നു. ലോറിയിലും നടത്തിയും ഒക്കെയായി ഉത്സവപ്പറമ്പിലേക്ക് ആ ഗജവീരന്മാരെ കൊണ്ടു പോകുന്ന കാഴ്ച കാണാൻ ഞങ്ങൾ കുട്ടികൾ, ചിലപ്പോൾ മുതിർന്നവരും റോഡരികിൽ കാത്തുനിൽക്കുമായിരുന്നു. എന്തു രസമായിരുന്നു ആ കാഴ്ച കാണാൻ. അപ്പോഴും കൂട്ടത്തിലുള്ള കൊതിയന്മാർ പതിയെപ്പറയും:

'ഒരാനവാൽ കിട്ടിയിരുന്നെങ്കിൽ..!'

ഇപ്പോൾ അരുണാചലിലെ റോഡുകളിലൂടെ യാത്ര ചെയ്യവേ, ചിലപ്പോഴൊക്കെ ആനകളെ കാണാറുണ്ട്. വാഹനങ്ങൾ എത്തിച്ചേരാത്ത ഉൾവനങ്ങളിൽ തടി പിടിക്കാനും മറ്റും ഉപയോഗിക്കു

ന്നത് ആനകളെയാണ്. ഇവിടുത്തെ ആനകൾ ചാരനിറമുള്ളതും മെലിഞ്ഞതും ചുക്കിച്ചുളുങ്ങിയ തൊലിയോടു കൂടിയവയുമാണ്. അരുണാചൽ പ്രദേശിന്റെ മൊത്തം വിസ്തീർണ്ണത്തിന്റെ എഴുപത് ശതമാനവും വനപ്രദേശമാണ്. ഇത്രയധികം കാടും പച്ചപ്പും ഉണ്ടായിരുന്നിട്ടും ഈ ആനകൾ ഇത്ര മെലിഞ്ഞിരിക്കുന്നതിന്റെ രഹസ്യം എനിക്കിതുവരെ മനസ്സിലായിട്ടില്ല. അതെന്തുതന്നെയായാലും ഈ ഗജകേസരികളെ കാണുമ്പോൾ അന്ന് സ്കൂൾ ഗേറ്റിൽ തൂങ്ങിക്കിടന്ന് ആനക്കാഴ്ചകൾ കണ്ട ഒരു കൊച്ചു കുട്ടി എന്റെ ഉള്ളിൽനിന്ന് പുറത്തുചാടാറുണ്ട്. ആരും കേൾക്കാതെ അവൾ പതിയെ ചോദിക്കും:

"പാപ്പാനെ, ഒരു ആനവാൽ തരുവോ...?"

●

14. ജാലകക്കാഴ്ചകൾ

മലനിരകളിൽ മഴ പൊടിയുന്നുണ്ട്. പൊടിയുന്നുണ്ട് എന്നേ പറയാൻ വയ്ക്കൂ. സൂക്ഷിച്ചു നോക്കിയാൽ കാണാം, ദൂരെ താഴ്‌വരകളുടെ സുവ്യദ്ധമായ ഹരിതാഭയുടെ പശ്ചാത്തലത്തിൽ അന്തരീക്ഷത്തിൽ നൃത്തം ചെയ്യുന്ന നേർത്ത ജലകണികകൾ. പ്രഭാതത്തിൽ, മങ്ങിയ ആകാശച്ചെരിവിൽ തുള്ളിക്കളിച്ചിരുന്ന ചെറുമഴപ്പുള്ളുകളെ കാണാനേയില്ല. മഴപെയ്തേക്കും എന്ന സൂചന നൽകി അവറ്റകൾ ദൂരേക്ക് മറഞ്ഞുപോയിരിക്കുന്നു. എത്ര പെട്ടെന്നാണ് ഈ പ്രകൃതി ഭാവംമാറുന്നത്. ക്ഷിപ്രകോപിയും ക്ഷിപ്ര പ്രസാദിയുമായ ഒരു ദേവിയെപ്പോലെ. തെളിഞ്ഞ ആകാശക്കീഴിൽ നീലമലകൾ അർക്കന്റെ പൊൻകിരണങ്ങളിൽ കുളിച്ചുനിൽക്കേ പൊടുന്നനെ ഒരു രൗദ്രഭാവത്തോടെ ആർത്തലച്ചു പെയ്യുന്നത് കാണാം. അല്പനേരത്തിനുശേഷം പെയ്തൊഴിഞ്ഞ വാനത്തിൻകീഴിൽ, കുളിച്ചുതോർത്തിയെത്തിയ ഒരു സുന്ദരിപ്പെണ്ണിനെപ്പോലെ പുഞ്ചിരിക്കുന്നതും കാണാം.

ദൂരെ മലനിരകൾ പൂർണമായും കോടമഞ്ഞിൽ പുതപ്പിനടിയിലാണ്. ജോർസിംഗ് കുന്നുകൾ തീർത്തും അദൃശ്യമായിരിക്കുന്നു. നരച്ചുപിഞ്ഞിയ പഴഞ്ചൻ കരിമ്പടം തലവഴി വലിച്ചിട്ട് മൂടിപ്പുതച്ചു കിടന്നുറങ്ങുന്ന ഒരു കുറുമ്പൻ കുട്ടിയെപ്പോലെ. വെളുത്ത ക്യാൻവാസിൽ ആരോ വരച്ചിട്ട മങ്ങിയ ഛായാചിത്രം പോലെയുണ്ട് പേരാങ് കുന്നുകൾ. എങ്ങും നിശബ്ദം. എത്ര നിശ്ചലം. നിനച്ചിരിക്കാതെ, വഴിതെറ്റിയെത്തിയ ചെറുമഴക്കാലം താഴ്‌വരയെ മുഴുവനായും തണുപ്പിനാൽ വിറങ്ങലിപ്പിച്ചിരിക്കുന്നു. ദൂരെ, നനഞ്ഞുകുതിർന്ന മുളംകാടുകൾക്കപ്പുറം മഞ്ഞിന്റെ പശ്ചാത്തലത്തിൽ വരച്ചെടുത്ത മനോഹരമായ ചിത്രം പോലെ വയസ്സൻ ഓക്കുമരങ്ങൾ ആകാശത്തിന്റെ അനന്തതയിലേക്ക് ശിരസ്സുയർത്തുന്നു. അതിന്റെ ചില്ലകളൊന്നിൽ ചാറ്റൽമഴ നനച്ച ചിറകുകൾ കോതിയുണക്കി ഒരു കാക്ക നീട്ടി വിലപിക്കുന്നു.

മാനംകറുത്തതും മഴപെയ്തതും മലനിരകളെ മഞ്ഞുമൂടിയതും വർഷങ്ങൾക്കപ്പുറമാണെന്നു തോന്നി. അത്രയ്ക്കും മാറിയിരിക്കുന്നു പ്രകൃതിയുടെ മുഖം. എത്രപെട്ടെന്നാണ് അവളുടെ ഭാവം മാറുന്നത്. മനസ്സിൽ നിനയ്ക്കുമ്പോഴേക്കും രൂപംമാറാൻ അവൾക്ക് കഴിയും. കൗശലക്കാരിയായ പ്രച്ഛന്ന വേഷക്കാരി..

പ്രഭാതത്തിൽ മിഴികൾ തുറന്നത് പെരുമഴ കുളുർപ്പിച്ച താഴ്വരകളിലേക്കായിരുന്നു. ഇപ്പോഴിതാ ഉച്ചിയിൽ കത്തുന്ന സൂര്യന്റെ ചൂടിൽ മലനിരകൾ അർദ്ധമയക്കത്തിലാണ്. ഒരു ചെറുമേഘത്തുണ്ട് കണികാണാൻ പോലുമില്ലാതെ വിശാലമായ തെളിഞ്ഞ ജലാശയംപോലെ ശോഭിക്കുന്നു നീലാംബരം. സൂര്യതാപമത്രയും നെറുകയിലേറ്റുവാങ്ങി കൃഷ്ണനീല നീരാളങ്ങൾക്കു പിന്നിൽ മയങ്ങുന്നു നീലഗിരികൾ. ആകാശത്തെ താങ്ങിനിർത്തുന്നത് അവയാണെന്നുതോന്നും. ദൂരെ കുന്നിൻചെരിവിൽ നീലാകാശത്തിലേക്ക് ശിരസ്സുയർത്തി നിൽക്കുന്ന വെള്ളോക്കുമരത്തിന്റെ ശിഖരങ്ങൾ സൂര്യകിരണങ്ങളേറ്റ് വെള്ളിപോലെ വെട്ടിത്തിളങ്ങുന്നു.

****

ജാലകത്തിനപ്പുറം മഴ പൊഴിയുന്നുണ്ടിപ്പോഴും. ദൂരെ, നീണ്ടു നീണ്ടു പെയ്യുന്ന മഴയുടെ തുടുപ്പിനാൽ മരതക കാന്തിയിൽ മുങ്ങി വിരാജിച്ചിരുന്ന മലഞ്ചെരിവുകൾ മഞ്ഞിന്റെ കട്ടിപുതപ്പിനടിയിൽ ഒളിഞ്ഞിരിക്കുന്നു.. വിശാലമായ ചിറകുകൾ വിരിച്ചെത്തിയ ഒരു വലിയ ഇരറാഞ്ചി പക്ഷിയെപ്പോലെ കോടമഞ്ഞു മലനിരകളെ മറയ്ക്കുകയാണ്. കൊംസിംഗ് കുന്നുകളെ ഏതാണ്ട് പാതിമുക്കാലും അവൾ കൊക്കിലൊതുക്കിയിരിക്കുന്നു. പിന്നിൽ നേർത്ത, അവ്യക്തമായ ഒരു ഛായാചിത്രം പോലെ ജോർസിംഗ് മലനിരകൾ. മഴ ഒന്നുകൂടി ഉറച്ചുപെയ്താൽ അവയെല്ലാം നിമിഷനേരംകൊണ്ട് പൂർണമായും അവ്യക്തമാവും. അന്തിയാവും മുൻപു തന്നെ, മേളിച്ചു, ക്ഷീണിച്ചു മയങ്ങിപ്പോയ വികൃതിക്കുഞ്ഞിനെപ്പോലെ..

പകൽമുഴുവൻ വയലിൽ അധ്വാനിച്ചുതളർന്ന സ്ത്രീജനങ്ങൾ തിരികെ കുടിലുകളിലേക്ക് മടങ്ങുകയായി. ശിരസ്സിൽ, നെറ്റിയിലൂടെ പിന്നിലേക്ക് ഞാത്തിയിട്ട മുളംകൂടകളിൽ കാട്ടുചേമ്പിൽ താളുകളും കത്തിരിക്കകളും പിന്നെ ഏതോ കാട്ടിലകളും. ഇന്ന് രാത്രിയിലത്തേക്കുള്ള ഭക്ഷണമാവാം. കുടിലുകളിൽ വിശന്ന്, അവരെ

കാത്തിരിക്കുന്ന കുഞ്ഞുങ്ങളുണ്ടാവാം.

മഴത്തുള്ളിക്കിലുക്കത്തിൽ ചാഞ്ചാടുന്ന മുളംകാടുകൾക്കിപ്പുറം പച്ചപ്പരവതാനി വിരിച്ചൊരുക്കിയ പുൽമേടിലൂടെ കാലികളുടെ ഒരു സംഘം ഘോഷയാത്രയിലെന്നപോലെ മന്ദംമന്ദം നീങ്ങുന്നു.. ഒരു കുട്ടിക്കുറുമ്പൻ, അക്കൂട്ടത്തിൽ നിന്നും തന്റെ അമ്മയെ കണ്ടെത്താനെന്നവണ്ണം അവക്കിടയിലൂടെ തുള്ളിത്തുടിച്ചുതിമിർക്കുന്നു. ഒടുവിൽ മാതാവിനെ കണ്ടെത്തി, അകിടിൽനിന്നും ഒരിറക്ക് അമൃതും മോന്തി വീണ്ടും തുള്ളിത്തുളുമ്പിത്തുളുമ്പി..!

പേരാങ് കുന്നിൽ അന്തിവിളക്കുകൾ മിഴികൾ തുറക്കുകയായി. താരകൾ മിന്നുന്ന ഒരു ആകാശക്കീറ് താഴെ ഭൂമിയിലേക്ക് വീണതുപോലെ. നേരവും കാലവും നോക്കാതെ കയറിവരുന്ന മഴപ്പെണ്ണ് ഇരുട്ടിന്റെ കൈപിടിച്ചാണ് കുണുങ്ങിയെത്തുന്നത്. താഴ്‌വരയൊന്നാകെ ഇരുളിൽ മറയാൻ ഇനി അധികനേരമില്ല. പൊടിമഴയത്ത് കളിച്ചുരസിച്ചിരുന്ന കുട്ടികളെയും കാണ്മാനില്ല. കാട്ടുപൊന്തകളിൽനിന്നും ഒരുകൂട്ടം മഴപ്പുള്ളുകൾ ഒരുമിച്ചു പറന്നുയർന്നു. അടുത്ത മഴയ്ക്കുമുമ്പേ കൂടണയാനുള്ള ധൃതിയിലാവാം. സിയാങ് നദിയിൽനിന്നും ഉയർന്നുപൊങ്ങുന്ന കോടമഞ്ഞിന്റെ വലിയൊരു പാളി, നരച്ചുപിഞ്ഞിയ ഒരു ഭീമൻ തിരശ്ശീലകണക്കെ കുന്നുകളെ പിന്നിലൊളിപ്പിക്കുന്നു. പതിയെപ്പതിയെ അതെന്റെ കാഴ്ച മറയ്ക്കുന്നു.

ഇത്, മലരണിക്കുന്നുകൾക്ക് പള്ളിയുറക്കത്തിനുള്ള മുഹൂർത്തം..!

●

15. മുളഭൂതങ്ങൾ

എനിക്ക് എട്ടോ ഒൻപതോ വയസ്സുണ്ടായിരുന്ന കാലം. അത്യാവശ്യസാധനങ്ങളായ വെളിച്ചെണ്ണ, പഞ്ചസാര അല്ലെങ്കിൽ അല്പം ശർക്കര ഇവയിലേതെങ്കിലുമൊക്കെ വാങ്ങാനായി വീട്ടിൽനിന്നും അല്പം അകലെയുള്ള കടയിലേക്ക് എന്നെ പറഞ്ഞയയ്ക്കുക അമ്മയുടെ ഒരു പതിവായിരുന്നു. അന്നാളുകളിൽ, ധൈര്യം എന്ന വസ്തു തൊട്ടുതീണ്ടിയിട്ടില്ലാത്ത ഒന്നാന്തരമൊരു പേടിക്കാരിയായിരുന്നു ഞാൻ. ലോകത്തിലെ ഏറ്റവും വലിയ പേടിക്കാരുടെ ലിസ്റ്റ് എടുത്താൽ അതിൽ ടോപ് ടെന്നിൽ ഞാനുണ്ടാവുമായിരുന്ന കാലം. അപരിചിതർ, ഭിക്ഷക്കാർ, പട്ടി, പൂച്ച എന്നു വേണ്ട, കേവലം ചുണ്ടെലികളെപ്പോലും യാതൊരാവശ്യവുമില്ലാതെ ഞാൻ ഭയപ്പെട്ടിരുന്നു. അക്കാലത്ത്, എല്ലാറ്റിലുമുപരിയായി എന്നെ ഭയപ്പെടുത്തിയിരുന്ന ഭീകരർ ഭൂതങ്ങളായിരുന്നു.

ജീവിത കാലത്തിൽ ഒരിക്കൽപ്പോലും ഒരു ഭൂതത്തെ ഞാൻ നേരിൽ കണ്ടിട്ടില്ല. എന്നിട്ടും എല്ലാക്കാലവും കൂടപ്പിറപ്പായ ഈ 'ഭൂതഭയം' നെഞ്ചിലേറ്റി ഞാൻ ജീവിച്ചുപോന്നു. പകൽ വെളിച്ചം അപ്രത്യക്ഷമാവുകയും ഇരുളിന്റെ കറുത്ത കരിമ്പടം നിശബ്ദതയാൽ ഭൂമിയെ പൊതിയുകയും ചെയ്യുമ്പോൾ എന്റെ കൊച്ചുവീടിന്റെ ഇരുണ്ട കോണുകളിൽ നിന്നും വിരൂപവും ഭയാനകവുമായ ഒരു ഭീകരജീവി എന്റെ നേർക്ക് ചാടിവീഴുമെന്ന് ഞാൻ സദാ ഭയപ്പെട്ടുകൊണ്ടിരുന്നു. അത്രയധികം ഭീരുവായ ഒരു കൊച്ചുകുട്ടിയെയാണ് സ്വന്തം അമ്മ, യാതൊരു ദയയും കൂടാതെ, ഇടയ്ക്കിടെ പലവ്യഞ്ജന കടയിലേക്ക് ഓടിച്ചിരുന്നത്.

നാലുമണി ചായയെ മധുരിപ്പിക്കാനായി പഞ്ചസാരയൊട്ടും തന്നെ വീട്ടിൽ അവശേഷിച്ചിട്ടില്ല എന്നുകാണുമ്പോൾ വാക്കുകളിൽ സ്നേഹം ചാലിച്ച് അമ്മ നീട്ടിവിളിക്കും.

‘‘മോനൂ എവിടെയാ നീയ്യ്? വീട്ടിൽ ഒരുതരി പഞ്ചസാരപോലുമില്ല. ഓടിപ്പോയി ശകലം വാങ്ങീട്ട് വരൂ..’’ അതുകേട്ട് ഹൃദയം തകർന്നതുപോലെ ഞാൻ നിൽക്കും. എന്റെ വൈമനസ്യം കണ്ട് അമ്മ ഒരു വിലപേശലിന് മുതിരും.

‘‘ബാക്കിയുള്ള ചില്ലറ കൊണ്ട് മോൾ മിഠായി വാങ്ങിച്ചോട്ടോ.. ’’

കൊള്ളാം.. ! നല്ല വാഗ്ദാനം. കൈക്കൂലി തന്ന് വശത്താക്കാനുള്ള ശ്രമമാണ്. എന്നാൽ താരതമ്യേന വിജനമായ, വിശാലമായ റബർത്തോട്ടത്തിനും മുളംകാടിനും നടുവിലൂടെയുള്ള മൺപാതയിലുടെ തനിച്ച് കടയിലേക്ക് പോവുക എന്നത് എന്റെ അക്കാലത്തെ പേടിസ്വപ്നങ്ങളിലൊന്നായിരുന്നു..

കുട്ടിക്കാലത്തെ എന്റെ ഭയത്തിന്റെ മൂലകാരണം ഏട്ടനായിരുന്നു. ആദ്യമൊക്കെ കടയിൽ പോയിരുന്നത് ഞാനും ഏട്ടനും ഒരുമിച്ചായിരുന്നു. വഴിമധ്യേ, വലിയ മുളകൾ കാവൽ നിൽക്കുന്ന വിശാലമായ റബ്ബർ തോട്ടം കടന്നുപോകവെ, ഒട്ടേറെ ഭൂതകഥകൾ ഏട്ടനെനിക്ക് വിവരിച്ചുതന്നു. ആകാശത്തോളം വളർന്നു നിൽക്കുന്ന മുതുമുത്തച്ഛൻ മുളകളുടെ കനത്ത, കെട്ടുപിണഞ്ഞ വേരുകൾക്കിടയിൽ നിരവധി ഭൂതങ്ങൾ വസിക്കുന്നുണ്ടെന്ന് ഏട്ടൻ എന്നെ വിശ്വസിപ്പിച്ചു. മുളഭൂതങ്ങൾ എന്നായിരുന്നു അവയ്ക്ക് ഏട്ടനിട്ട പേര്. മുളഭൂതങ്ങൾക്ക് ഏറ്റവും പ്രിയപ്പെട്ട ഭക്ഷണം എന്നെപ്പോലുള്ള പിഞ്ചുകുട്ടികളുടെ ഇളംമധുരമുള്ള ചുടുരക്തമാണെന്നും അകലെനിന്ന് നടന്നുവരുന്ന ഇരയെ കാണുന്ന മാത്രയിൽ അവ അതിഭീകരമായ ശബ്ദങ്ങൾ പുറപ്പെടുവിക്കുമെന്നും ഏട്ടൻ പറഞ്ഞുതന്നു. അത് സത്യമായിരുന്നു.. ! ഓരോ തവണയും എന്നെ കണ്ടപ്പോഴൊക്കെ അവറ്റകൾ തമ്മിലുരസിക്കൊണ്ട് കിരുകിരു ശബ്ദത്തിൽ ചിരിക്കുകയും മുറുമുറുക്കുകയും കൂവിവിളിക്കുകയും ചെയ്തു. മാത്രമല്ല എന്റെ ഇളം ചൂടുരക്തം ഊറ്റിക്കുടിക്കാനായി അവയെല്ലാം ആർത്തിയോടെ മുന്നോട്ടുചായുകയും സന്തോഷത്താൽ ചാഞ്ചാടുകയും ചെയ്തു. എന്നാൽ ഏട്ടൻ കൂടെയുള്ളപ്പോൾ ഞാനൊന്നിനെയും ഭയന്നില്ല. കാരണം ഗ്രാമത്തിലെ തന്നെ ഏറ്റവും ശക്തനും ധൈര്യവാനുമായ കുട്ടി ഏട്ടനാണെന്നും, വേണ്ടിവന്നാൽ ഭൂതങ്ങളോട് തനിക്ക് ഒറ്റയ്ക്കു യുദ്ധം ചെയ്യാനാകുമെന്നുമാണ് ആ വികൃതി അന്നെന്നെ വിശ്വസിപ്പിച്ചിരുന്നത്..!

നാളുകൾ കടന്നുപോയി. ഏട്ടൻ വളർന്നു വലിയ തിരക്കുകാരനായി മാറി, കൂട്ടുകാരോടൊത്ത് വൈകുന്നേരങ്ങളിൽ കൊയ്ത്തുകഴിഞ്ഞ പാടത്ത് ഫുട്ബോൾ കളിക്കാൻ പോകാൻ തുടങ്ങി. പിന്നീട് അമ്മയ്ക്ക് ആവശ്യമുള്ളപ്പോൾ ഏട്ടനെ കിട്ടാതെ വരികയും അങ്ങനെ അത്യാവശ്യ കാര്യങ്ങൾക്ക് അങ്ങോട്ടുമിങ്ങോട്ടും ഓടുക എന്ന ചുമതല എന്റെ ചുമലിൽ വന്നുവീഴുകയും ചെയ്തു. സാധനങ്ങളും മറ്റും വാങ്ങാനായി ഇടയ്ക്കിടെ എന്നെ വയലിനപ്പുറമുള്ള കടയിലേക്ക് പറഞ്ഞു വിടും. ഈ വഴിയിലാണ് കുഞ്ഞച്ചൻ ചേട്ടന്റെ വിജനമായ റബ്ബർ തോട്ടവും മുളങ്കാടും ഭൂതങ്ങളും അധിവസിച്ചിരുന്നത്. എന്റെ ഭയവും വിഷമതകളും മറ്റാരുമായും പങ്കുവെക്കാൻ എനിക്ക് കഴിഞ്ഞിരുന്നില്ല. കാരണം അപമാനത്തെ മരണത്തേക്കാൾ ഞാൻ ഭയപ്പെട്ടു. ഒരിക്കൽ മുളഭൂതങ്ങളെ കുറിച്ച് പരോക്ഷമായി അമ്മയോട് ഞാൻ ചോദിച്ചു. അത് കേട്ട് അമ്മ പൊട്ടിച്ചിരിക്കുകയും അടുത്ത അരമണിക്കൂർ നേരം ചിരിയടക്കാൻ കഴിയാതെ കഷ്ടപ്പെടുകയും ചെയ്തു. കൂടാതെ വീട്ടിലുള്ള എല്ലാവരോടും അതും പോരാതെ അയൽവക്കത്തുള്ളവരോടും അതുവഴി കടന്നുപോയവരോടുമെല്ലാം എന്റെ ഭയത്തെക്കുറിച്ച് പറയുകയും എല്ലാവരും ചേർന്ന് ചിരിച്ചുമറിയുകയും ചെയ്തു. കേട്ടവരെല്ലാം സഹതാപത്തോടെ എന്നെ നോക്കി. 'സില്ലി ഗേൾ..!'

ഒരു വൈകുന്നേരം അത്യാവശ്യമായി കുറച്ചു വെളിച്ചെണ്ണ വാങ്ങിക്കൊണ്ടുവരാൻ ഒഴിഞ്ഞ ഒരു പ്ലാസ്റ്റിക് കുപ്പിയും അല്പം പണവും തന്ന് അമ്മയെന്നെ കടയിലേക്കയച്ചു. സമ്മിശ്ര വികാരങ്ങളോടെ ഞാനങ്ങനെ നടന്നു. റോഡരികിലുള്ള അഞ്ചോ ആറോ വീടുകൾ കഴിഞ്ഞു ഭയാനകമായ മുളങ്കാടെത്തി. നടത്തം നിർത്തി അല്പനേരം ഞാനവിടെ നിന്നു. ആരെങ്കിലും ആ വഴി വന്നേക്കുമെന്നും അവരോടൊപ്പം ആ പാത കടന്നു പോകാം എന്നും ഞാനാശിച്ചു. ആരും വന്നില്ല. സമയം വൈകുകയായിരുന്നു. ഇരുട്ടുന്നതിനു മുൻപ് തിരിച്ചു വീടെത്തുകയും വേണം. അതുകൊണ്ട് മുന്നോട്ടുനടക്കുക എന്നുതന്നെ തീരുമാനിച്ചു. മനുഷ്യജീവികൾ ആരും തന്നെ എന്റെ സഹായത്തിനായി എത്താതിരുന്നതിനാൽ ദൈവങ്ങളെ കൂട്ടുപിടിക്കാം എന്ന് ഞാൻ കരുതി. പ്രാർത്ഥനയാണല്ലോ ഏറ്റവും വലിയ ശക്തി. അങ്ങനെ, 'സ്വർഗ്ഗ

സ്ഥനായ പിതാവ്' ഒരു പ്രാവശ്യം ചൊല്ലി. ശേഷം അറിയാവുന്ന സകല വിശുദ്ധരെയും കൂട്ടിനുവിളിച്ചു. ധൈര്യം സംഭരിച്ചു ചുവടുകൾ വച്ചു. മുന്നോട്ട് നീങ്ങുംതോറും ധൈര്യം ചോർന്നുതുടങ്ങി. എന്നെ കണ്ടപാടെ മുളഭൂതങ്ങളുടെ നിലവിളിയാരംഭിച്ചു.

ക്ർർ.... ക്ർർ... ക്രീ.. ക്ർർ...

എന്റെ ഇളംചൂട് രക്തത്തിനായി അവ ദാഹിക്കുകയാണ്. ശരീരം മുഴുവൻ തളരുന്നതായി എനിക്ക് അനുഭവപ്പെട്ടു. 'നന്മനിറഞ്ഞ മറിയം' ഉറക്കെ ചൊല്ലിക്കൊണ്ട് ഞാൻ മുന്നോട്ടോടി. ആ

സമയം മറ്റൊരു കാലക്കേട് കൂടി സംഭവിച്ചു. കണ്ണും മൂക്കും ഇല്ലാതെയുള്ള ഓട്ടത്തിനിടയിൽ കൈയിൽ ഉണ്ടായിരുന്ന പ്ലാസ്റ്റിക് കുപ്പിയുടെ അടപ്പ് എവിടെയോ വീണുപോയി. ജീവനും കൈയിൽപ്പിടിച്ച് ഓടുന്നതിനിടയിൽ കാറ്റ് എനിക്കെതിരെ വീശുകയും മൂടിയില്ലാത്ത എന്റെ കുപ്പി അതൊരു ചൂളംവിളിയായി ഏറ്റെടുക്കുകയും ചെയ്തു.

കൂഊ...ഊഹ്..........   കൂഊ... കൂഊഹ്...

അന്ത്യം അടുത്തെത്തി എന്ന് മനസ്സിലായെങ്കിലും ഞാൻ ഓട്ടം നിർത്തിയില്ല. ആ ദുഷ്ടഭൂതങ്ങൾ എന്റെ തൊട്ടുപിന്നാലെയുണ്ടായിരുന്നു. ഒരു വേള ആ പിശാചുക്കളുടെ തീജ്വാലപോലെ പൊള്ളുന്ന ചുടുനിശ്വാസം എന്റെ പിൻകഴുത്തിൽ വന്നുതൊട്ടു എന്നുപോലും എനിക്ക് തോന്നി. എങ്ങനെ കടയിലെത്തി എണ്ണ വാങ്ങി എന്നുപോലും എനിക്ക് ഓർമ്മയില്ലായിരുന്നു. ബാക്കിവന്ന ചില്ലറത്തുട്ടുകൾ കൊണ്ട് എനിക്കേറ്റവും ഇഷ്ടമുള്ള ശർക്കരമിഠായി വാങ്ങാൻപോലും മറന്നുപോയി അന്ന്. മടക്കയാത്രയിൽ റബ്ബർ തോട്ടം വിട്ട് വിശാലമായി പരന്നുകിടക്കുന്ന വയൽവഴി വീട്ടിലേക്ക് തിരിച്ചു. വൈകിയതിനുള്ള കാരണം ചോദിച്ച അമ്മയോട് എന്തൊക്കെയോ ദുർബല ന്യായങ്ങൾ നിരത്തി തടിതപ്പി. എന്റെ മനഃപീഡ പങ്കുവയ്ക്കാൻ ആരുമില്ലായിരുന്നു.

പടുകൂറ്റൻ മുളകൾക്കിടയിലൂടെ കാറ്റ് കടന്നുപോകുമ്പോഴാണ് അവ കരയുകയും ചിരിക്കുകയും ചൂളംകുത്തുകയും ചെയ്തിരുന്നത് എന്ന് മനസിലാക്കാൻ എനിക്ക് പിന്നെയും ഒന്നോ രണ്ടോ വർഷങ്ങൾ കൂടി വേണ്ടി വന്നു. വർഷങ്ങൾക്കുശേഷം കുടുംബത്തോടൊപ്പം ഗ്രാമം സന്ദർശിച്ചപ്പോൾ പണ്ടത്തെ 'ബാംബൂ ഗോസ്റ്റ് എപ്പിസോഡ്' മക്കൾക്ക് ഞാൻ വിവരിച്ചുകൊടുത്തു. തലകുത്തിമറിഞ്ഞ് ചിരിക്കാൻ അവർക്കത് ധാരാളമായി.

ഇപ്പോഴവിടെ റബ്ബർ മരങ്ങളില്ല, മുത്തച്ഛൻ മുളകളുമില്ല. പകരം കൂണുകൾപ്പോലെ മുളച്ചുപൊന്തിയ കോൺക്രീറ്റ് കെട്ടിടങ്ങൾ.

പാവം, എന്റെ പഴയ മുളഭൂതങ്ങൾ.. അവയിപ്പോ എവിടെയായിരിക്കും..?

●

16. നാട്ടുമാഞ്ചോട്ടിൽ

കടുത്ത ചൂടനുഭവപ്പെടുന്ന ഏപ്രിൽ മെയ് മാസങ്ങൾ എന്റെ ഗ്രാമത്തിൽ വരൾച്ചയുടേതാണ്. ഒട്ടുമിക്ക കിണറുകളിലേയും വെള്ളം താഴും. ചില കിണറുകൾ വറ്റിയുണങ്ങും. ഓരോ വേനലിലും എന്റെ വീട്ടിലെ കിണറിന്റെ അവസ്ഥ അതുതന്നെയായിരുന്നു. അങ്ങനെ വരുമ്പോൾ കുടിവെള്ളത്തിനായി അടുത്തുള്ള വീടുകളെ ആശ്രയിക്കും. ഒരുപാട് അകലെയുള്ള വീടുകളിൽ നിന്നുപോലും വെള്ളം ചുമ്മിക്കൊണ്ടുവന്നിരുന്നത് എന്റെ ഓർമ്മയിലുണ്ട്.

അക്കാലങ്ങളിൽ പൊള്ളുന്ന പകലുകളെ വകവെയ്ക്കാതെ അലക്കാനും കുളിക്കാനും മറ്റുമായി വീട്ടിൽനിന്നും അല്പം ദൂരെയുള്ള കുറുകമ്പുഴയിലേക്ക് ഒരു പോക്കുണ്ട്. മൂന്നുനാലു വീടുകളിൽ നിന്നുള്ള അമ്മമാരും കുട്ടികളുമൊക്കെയായി സാമാന്യം വലിയ ഒരു സംഘമായിട്ടാണ് യാത്ര. വീടിനു താഴെയുള്ള വയൽ കടന്ന് അറുമുഖേട്ടന്റെ വീടിനു മുന്നിലൂടെ അധികാരിയുടെ തോട്ടം കടന്നാൽ അപ്പുറം ഒരു ഹരിജൻ കോളനിയുണ്ട്. കാട്ടിൽപ്പോയി മുള വെട്ടിക്കൊണ്ടുവന്ന് അതുകൊണ്ട് മുറവും കുട്ടയും മറ്റും നിർമ്മിച്ചു വിറ്റ് ഉപജീവനം കഴിക്കുന്നവരാണ് അവിടെയുള്ളവർ. കോളനി കഴിഞ്ഞാൽ നിലമ്പൂർ കാടുകളുടെ ഭാഗമായ മഹാഗണിയെത്തി. കാട്ടിലൂടെ കുറച്ചു ദൂരം നടന്നാൽ പുഴക്കടവിലെത്തിച്ചേരാം. വീട്ടിൽനിന്ന് ഏതാണ്ട് മുക്കാൽ മണിക്കൂർ നടത്തമുണ്ട് പുഴയിലേക്ക്. രാവിലെ വീട്ടുപണികളൊക്കെ തിടുക്കത്തിൽ തീർത്ത് മുഷിഞ്ഞ തുണികൾ വലിയ കെട്ടുകളാക്കി തലയിലേറ്റി അമ്മമാർ യാത്രയാരംഭിക്കും. പുഴയിൽ വേണ്ടുവോളം കളിച്ചു തിമിർക്കാനുള്ള കൊതിയിൽ ഞങ്ങൾ കുട്ടികൾ മുന്നേയിറങ്ങും. കളിച്ചും ചിരിച്ചും തമാശകൾ പറഞ്ഞുമുള്ള ആ യാത്ര അവിസ്മരണീയമായിരുന്നു.

ഞങ്ങൾ കുട്ടികൾക്ക് ആ യാത്രയിൽ മറ്റൊരു സന്തോഷംകൂടി യുണ്ടായിരുന്നു. മഹാഗണിക്കാട് തുടങ്ങുന്നിടത്ത് പഞ്ചാരമണൽ പാതയിൽനിന്നും അല്പം ഉള്ളിലായി ഇടിഞ്ഞുപൊളിഞ്ഞു കിടന്ന ഒരു പഴയ അമ്പലമുണ്ടായിരുന്നു. ഒരു കാലത്ത് ഇക്കണ്ട പ്രദേശമെല്ലാം നിലമ്പൂർ കോവിലകത്തിന്റെ വകയായിരുന്നതിനാൽ അമ്പലവും കോവിലകത്തിന്റേതു തന്നെയായിരിക്കണം. അല്ലെങ്കിൽ കോവിലകത്തിന്റെ സ്വത്തുവകകളൊക്കെ നോക്കി നടത്തിയിരുന്ന കോവിലകത്തെ കാര്യസ്ഥന്റെ കുടുംബക്ഷേത്രമായിരുന്നിരിക്കണം. ഹരിജൻ കോളനിക്കപ്പുറം വിശാലമായ നെൽവയലിന്റെ കരയിലാണ് കാര്യസ്ഥന്റെ മാളിക. പുരാതന രീതിയിൽ തീർത്ത മൂന്നു നിലകളുള്ള മാളിക. കാര്യസ്ഥന്റെ ചെറുമകൾ സന്ധ്യ എന്റെ സഹപാഠിയായിരുന്നു. അവളോടൊപ്പം ആ വീട്ടിൽ ഒരിക്കൽ ഞാൻ പോയിട്ടുണ്ട്. അവിടെ പഴമയുടെ ഗന്ധവും ഇരുട്ടും എന്നെ ചുഴ്ന്നു. ഇരുണ്ട ഇടനാഴികളും മുറികളും മരഗോവണികളും തളത്തിൽ കെട്ടിയ വലിയ ഊഞ്ഞാലും. സിനിമയിലും മറ്റും കണ്ടിട്ടുള്ള അതിപുരാതനമായ ഏതോ കോവിലകക്കെട്ടിനകത്താണ് ഞാനെന്നെനിക്ക് തോന്നി. കണ്ണുകളിൽ കൗതുകം നിറച്ച് ആ കാഴ്ചകൾ ഞാൻ നോക്കിക്കണ്ടു. വലിയ തളത്തിൽ ചമ്രം പടിഞ്ഞിരുന്ന് കാളനും ഉപ്പേരിയും കൂട്ടി ഊണ് കഴിച്ചു. കൂട്ടുകാർക്കൊപ്പം ഊഞ്ഞാലിലാടി. വള്ളിച്ചെടികൾ പടർന്ന തൊടിയിലൂടെ ആട്ടങ്ങയും ഞൊട്ടാഞൊടിയനും തിരഞ്ഞുനടന്നു. വലിയൊരു ചന്ദനമുട്ടി കിണറിന്റെ കൽത്തിട്ടയിലുരച്ച് സന്ധ്യയുടെ അമ്മ ഞങ്ങളുടെ നെറ്റിയിൽ കുറി തൊട്ടുതന്നു. കാര്യസ്ഥൻ മരിച്ചപ്പോൾ ചന്ദനച്ചിതയിലാണ് അദ്ദേഹത്തെ ദഹിപ്പിച്ചതെന്ന് സന്ധ്യ പറഞ്ഞു. മറക്കാനാവാത്ത ഒരനുഭവമായിരുന്നു കാര്യസ്ഥന്റെ മാളികയിൽ ചെലവഴിച്ച ആ ഒരു പകൽ.

എന്തായാലും ഇപ്പറഞ്ഞ പൊട്ടിപ്പൊളിഞ്ഞ അമ്പലവും ചുറ്റുമതിലും എനിക്കിന്നും ഒരു നൊസ്റ്റാൾജിയയാണ്. (കഴിഞ്ഞ ജന്മത്തിൽ ഞാൻ വല്ല കോലോത്തെ കുട്ടിയോ മറ്റോ ആയിരുന്നോ ആവോ. എന്റെ ആന്റിക് പ്രണയം കാരണം എനിക്ക് സ്വയം തോന്നിയതാണ് കേട്ടോ). അമ്പലത്തിന്റെ അടർന്ന ചുറ്റുമതിലിനുള്ളിൽ ഒരു വലിയ മുത്തശ്ശൻ നാട്ടുമാവ് നിൽപ്പുണ്ടായിരുന്നു. അതിൽ നിറയെ മധുരമുള്ള പഴങ്ങൾ തൂങ്ങിക്കിടന്നു. ചോലമാങ്ങ എന്നാണ് ഞങ്ങൾ

പറയുക. അതിന്റെയൊരു സുഗന്ധം. ഹോ..!

പുഴക്കടവിലേക്കുള്ള യാത്രക്കിടയിൽ കോളനി കഴിയുമ്പോൾ ഞങ്ങൾ കുട്ടികൾ അമ്മമാരുടെ മുന്നേ ഓട്ടം തുടങ്ങും. എങ്കിലേ മാവിൻ ചുവട്ടിൽ പൊഴിഞ്ഞുവീണുകിടക്കുന്ന മാങ്ങകൾ വേണ്ടുവോളം പെറുക്കിയെടുക്കാനുള്ള സമയം കിട്ടൂ. തിടുക്കത്തിൽ തലച്ചുമടുമായി പുഴക്കടവിലേക്ക് നടക്കുന്ന മാതൃജനങ്ങൾ മാങ്ങ പെറുക്കി സമയം കളയുന്ന ഉണ്ണികൾക്കായി കാത്തുനിൽക്കുകയില്ല. അങ്ങനെ മുമ്പേ ഓടി മാവിൽ ചുവട്ടിലെത്തി ധാരാളം മാങ്ങകൾ പെറുക്കിക്കൂട്ടും. ഏട്ടൻ മുട്ടൻ കല്ലുകളെടുത്ത് തുടുത്ത മാങ്ങകൾ എറിഞ്ഞുവീഴ്ത്തും. ഞാൻ മതിലിനകത്തേക്ക് കടക്കുകയില്ല.

'ഇങ്ങട്ട് വാടീ' ഏട്ടൻ വിളിക്കും.

ഞാൻ പോവില്ല. പേടിയാണ്. പുരാതന ക്ഷേത്രമല്ലേ. വല്ല യക്ഷിയോ മാടനോ ഗന്ധർവ്വനോ ദേഹത്തുകൂടിയാലോ എന്ന ഭയം. കൂട്ടുകാർ മാങ്ങകൾ പെറുക്കിയെടുക്കുന്നതിനിടയിൽ പൊളിഞ്ഞുകിടക്കുന്ന കോവിലിന്റെ അവശിഷ്ടങ്ങൾ ഭയം കലർന്ന സ്നേഹത്തോടെ ഞാൻ നോക്കിക്കാണും. പണ്ടു കാലത്ത് അവിടെ തൊഴാൻ വന്നിരുന്ന തമ്പുരാക്കന്മാരെയും സുന്ദരികളായ തമ്പുരാട്ടികളെയും മനസ്സിൽ സങ്കല്പിക്കും. അപ്പോഴേക്കും അമ്മമാർ നടന്ന് അടുത്തെത്തിയിരിക്കും. മധുരമുള്ള, മാങ്ങകളുടെ സുഗന്ധമാസ്വദിച്ചും മധുരമുള്ള പഴച്ചാറ് ഈമ്പിക്കുടിച്ചുമാണ് പിന്നെയുള്ള യാത്ര.. ഒരു തുള്ളിപോലും പാഴാക്കാൻ ഇഷ്ടമില്ലാതെ കൈവിരലുകൾക്കിടയിലൂടെ ഒലിച്ചിറങ്ങുന്ന മാമ്പഴച്ചാറ് നക്കിയെടുക്കും. കടവിൽവച്ച് കഴിക്കാനായി കുറച്ചു മാങ്ങകൾ കയ്യിൽ കരുതും. പുഴയിലെത്തിക്കഴിഞ്ഞാൽ പിന്നെ വെള്ളത്തിൽ കുത്തിമറിഞ്ഞുള്ള കളികളാണ്. നല്ല തെളിഞ്ഞ വെള്ളം. അടിത്തട്ടിൽ മിനുസമുള്ള ഉരുളൻകല്ലുകൾ. അവിടെയും എന്റെ ഭയം എന്നെ തോല്പ്പിച്ചിരുന്നു. മറ്റു കുട്ടികൾ പുഴയുടെ ആഴങ്ങളിലേക്കിറങ്ങി നീന്തിത്തുടിക്കുമ്പോൾ കരയോടു ചേർന്ന ഇത്തിരിവെള്ളത്തിൽ ഞാൻ കൈകൾ കുത്തി നീന്തി നടന്നു.

'ഇങ്ങട്ട് വാ പെണ്ണേ.' പുഴയുടെ മധ്യത്തിൽ നിന്ന് ഏട്ടൻ വീണ്ടും വിളിക്കും. എന്റെ പട്ടി പോവും ആഴത്തിലേക്ക്..! ഞാൻ മസിലു പിടിച്ചു നിൽക്കും. അപ്പോൾ ഏട്ടന് കുറുമ്പ് കൂടും. എന്നാൽ

പ്പിന്നെ ഇവളെ ഒന്ന് പേടിപ്പിച്ചിട്ടുതന്നെ കാര്യം എന്ന് കരുതി, പുഴക്കക്കരെ കാട്ടിലേക്ക് വിരൽ ചൂണ്ടി പറയും.

"ദാ കണ്ടോ, ആ മരത്തിലാണ് കൊച്ചുരാമൻ തൂങ്ങിമരിച്ചത്."

അതോടെ എന്റെ സമാധാനം പോയിക്കിട്ടും. പിന്നെ, കൂടെക്കൂടെ, തൂങ്ങിമരിച്ച കൊച്ചുരാമന്റെ പ്രേതമെങ്ങാനും കാട്ടിലൂടെ നടന്നുവരുന്നുണ്ടോ എന്ന് തിരിഞ്ഞുനോക്കിക്കൊണ്ടിരിക്കും. ഈ സമയം അമ്മമാർ തുണികൾ കല്ലിൽ അടിച്ചലക്കി, തീരത്തെ വൃത്തിയുള്ള ഉരുണ്ട കല്ലുകളിൽ വിടർത്തിയിട്ട് ഉണക്കിയെടുക്കും. കുളിയും കഴിഞ്ഞ് ഉണങ്ങിയ തുണികൾ മടക്കിയെടുത്ത് മടക്കം. മാവിൻ ചുവട്ടിൽ ഒന്നുകൂടി കയറിയിറങ്ങി മാങ്ങകൾ പൊഴിഞ്ഞിട്ടുണ്ടെങ്കിൽ അതും പെറുക്കി തിരിച്ചുനടക്കും.

വേനൽ വഴിമാറി മഴക്കാലമെത്തിയാൽ കിണറുകളിൽ വെള്ളം നിറയും. പുഴക്കടവും ചോലമാങ്ങകളും ഓർമ്മകൾ മാത്രമാവും. വീണ്ടും മറ്റൊരു വേനലിനായുള്ള കാത്തിരിപ്പ്. ഗ്രീഷ്മങ്ങൾ എത്ര കഴിഞ്ഞിട്ടും ഓർമ്മകളുടെ ആ നാട്ടുമാങ്ങാ സുഗന്ധവും രുചിയും മധുരവും ഇന്നും നാവിലുണ്ട്.

●

17. ചില മറുകുകഥകൾ

കഴിഞ്ഞ അദ്ധ്യയന വർഷം.

സ്കൂൾ തുറന്നിട്ട് അധികമായില്ല. കുട്ടികളെ പരിചയപ്പെട്ടു വരുന്നതേയുള്ളു. ഒരു ദിവസം മുറ്റത്ത് നിൽക്കുമ്പോൾ ഒന്നാം ക്ലാസിലെ കുട്ടികൾ മൂത്രമൊഴിക്കൽ എന്ന കലാപരിപാടിക്കായി ഘോഷയാത്രയായി നീങ്ങുന്നു. ചെറിയ കുട്ടികൾ ഈ പരിപാടി ഒരു കലാപ്രവർത്തനമായിട്ടാണ് കൊണ്ടാടുന്നത് എന്നെനിക്ക് പലപ്പോഴും തോന്നിയിട്ടുണ്ട്. കൈകൾ പിന്നിൽ പിണച്ച് വരിവരിയായി അച്ചടക്കത്തോടു കൂടി വരികയാണ് കുട്ടികൾ. ഭംഗിയുള്ള ആ കാഴ്ച നോക്കിനിൽക്കെ അതിലൊരു കുട്ടി എന്റെ കണ്ണിൽപ്പെട്ടു. മുഖം നിറയെ കരി.! എനിക്ക് ദേഷ്യം വന്നു. ആഴ്ചകളോളം പല്ലു തേക്കാതെയും കുളിക്കാതെയും നടക്കുന്നത് ഇവിടുള്ളവരുടെ ശീലമാണ്. എന്നാൽ മുഖം പോലും കഴുകാതെ സ്കൂളിൽ വരികാന്ന് പറഞ്ഞാൽ...? അരിശം അടക്കാനാവാതെ ഞാനാ കുട്ടിയെ അടുത്തേക്ക് വിളിച്ചു.

''ഹേയ്, കം ഹിയർ.'' ആ കുട്ടി പേടിയോടെ അടുത്തേക്ക് വന്നു.

''വൈ ഡോണ്ട് യു വാഷ് യോർ ഫെയ്സ്.?''

പാവം ഞെട്ടിപ്പകച്ച് എന്റെ മുഖത്തേക്ക് നോക്കി നിൽപ്പാണ്. അടുത്ത ചോദ്യത്തിനായി വായ പൊളിച്ചപ്പോഴേക്കും റിയ ഓടിയെത്തി.

''മാം , ഉസ്കാ ചെഹരാ ഐസാഹി ഹൈ..!''

ഇപ്പോൾ പകച്ചു പോയത് ഞാനാണ്. ആ കുട്ടിയുടെ മുഖം അങ്ങനെ തന്നെയാണത്രേ. കഷ്ടം! ഇതെന്തു പറ്റിയതായിരിക്കും.

''ഹി വാസ് ബോൺ ഡ്യുറിങ് എ പവർ കട്ട്.'' കടന്നുപോയ സഹപ്രവർത്തകൻ തമാശ പറഞ്ഞു. എനിക്ക് സങ്കടം തോന്നി. അവന്റെ ശരീരം നന്നേ വെളുത്തിട്ടാണ്. എന്നാൽ മുഖത്തിന്റെ പാതിയി

ലധികവും കരിഞ്ഞു പോയതുപോലെ കറുത്തിരിക്കുന്നു. സ്നേഹ ത്തോടെ ശിരസ്സിലൊന്നുതഴുകി ഞാനവനെ പോകാനനുവദിച്ചു. പിന്നീട് എന്നെ കാണുമ്പോഴൊക്കെ ചെറുനാണത്തോടെ ചിരിച്ച് അവനോടിപ്പോകും. അവനെ എങ്ങനെ മറക്കാൻ? ആ കരി നിറം അവന്റെ തിരിച്ചറിയൽ കാർഡാണ്. ഏതാൾക്കൂട്ടത്തിലും തിരി ച്ചറിയപ്പെടാൻ സ്രഷ്ടാവ് കൊടുത്ത ഐഡന്റിഫിക്കേഷൻ മാർക്ക്. ശരീരത്തിൽ മറുകുകളൊന്നുമില്ലാത്തതിന്റെ പേരിൽ ആളു കൾക്ക് മുന്നിൽ അവനൊരിക്കലും അപമാനിതനാവുകയില്ല എന്നെപ്പോലെ.

ആദ്യമായി പള്ളിക്കൂടത്തിൽ പോയ ദിവസം ആരും പെട്ടെന്ന് മറക്കാനിടയില്ല. ഞാനും ഒരിക്കലും മറക്കാത്ത ദിവസം. ചെറിയ കുട്ടിയായിരിക്കുമ്പോൾ തന്നെ സ്കൂളിൽ പോകാൻ ആഗ്രഹിച്ച വളാണ് ഞാൻ. (പിന്നീട് പോകാൻ തുടങ്ങിയപ്പോൾ വേണ്ടിയി രുന്നില്ലാന്നും തോന്നി.) ചേച്ചിയും ചേട്ടനും സ്കൂളിൽ പോകു ന്നത് കാണുമ്പോൾ എനിക്കും പോകാൻ കൊതിതോന്നും. കര ഞ്ഞുകൊണ്ട് അവരുടെ പിന്നാലെ ഓടും. ഒടുവിൽ ആ മനോ ഹര ദിവസമെത്തി. എന്റെ ആദ്യസ്കൂൾ ദിനം. അപ്പച്ചന്റെ അനി യനായ ബേബിപ്പാപ്പനാണ് എന്നെ സ്കൂളിൽ ചേർക്കാനായി കൊ ണ്ടുപോയത്. അന്ന് കുടുംബത്തിലെ ഉയർന്ന വിദ്യാഭ്യാസമുള്ള ഏക അംഗം പാപ്പനാണ്. ഞങ്ങളുടെ ഗ്രാമത്തിൽ പണ്ട് ഹൈ സ്കൂളുണ്ടായിരുന്നില്ല. അതുകാരണം ഏറിയൊരു പങ്ക് കുട്ടി കളും ഏഴാം ക്ലാസോടുകൂടി പഠിത്തം നിറുത്താറാണ് പതിവ്. അടുത്തെങ്ങും തുടർപഠന സൗകര്യങ്ങളില്ലാത്തതും സാമ്പ ത്തിക പരാധീനതകളുമാണ് കാരണം. ഇരഞ്ഞിമങ്ങാട് യു പി. സ്കൂ ളിൽ നിന്ന് ഏഴാം ക്ലാസ് പാസ്സായതിന് ശേഷം പട്ടണത്തിലുള്ള സ്കൂളിൽ പോയാണ് പാപ്പൻ പഠിച്ചത്. അക്കാലത്ത് നല്ല റോ ഡോ വാഹന സൗകര്യങ്ങളോ ഒന്നുമില്ല. കാട്ടിലൂടെ ഒറ്റയ്ക്ക്, കാലിൽ ചെരുപ്പുപോലുമില്ലാതെ, എട്ടും എട്ടും പതിനാറ് കിലോ മീറ്റർ അങ്ങോട്ടുമിങ്ങോട്ടും നടന്ന് പോയാണ് പാപ്പൻ പഠിച്ചത്. നിലമ്പൂരിലുള്ള മാനവേദൻ ഹൈസ്കൂളിൽ നിന്നും പത്താം തരം പാസ്സായ ശേഷം വല്യമ്മച്ചിയുടെ നാടായ ഹൈറേഞ്ചിലേക്ക് പാ പ്പൻ വണ്ടി കയറി. അവിടെ നിന്ന് പഠിച്ച് ഉന്നത വിദ്യാഭ്യാസം നേടി. പിന്നീട് മലപ്പുറം ജില്ലയിലെ വിവിധ സ്കൂളുകളിൽ അദ്ധ്യാ

പകനായി ജോലി ചെയ്ത് ഒടുവിൽ സ്വന്തം നാടായ അകംപാടം ഹൈസ്കൂളിൽ നിന്ന് പ്രധാനാദ്ധ്യാപകനായി വിരമിച്ചു. കഷ്ടപ്പാടുകൾ നിറഞ്ഞ ജീവിതത്തിനിടയിലും അറിവിനോടുള്ള ആസക്തി മറ്റൊന്നിനുവേണ്ടിയും പകരം വെയ്ക്കാതിരുന്ന പാപ്പനാണ് ഞങ്ങളുടെയൊക്കെ എക്കാലത്തെയും പ്രചോദനം. അനാഥരായ കുഞ്ഞുങ്ങൾക്ക് തണലാകുന്ന 'അഗപ്പെ' യുടെ നാഥനാണ് ഇന്ന് അദ്ദേഹം. നന്മ നിറഞ്ഞൊരു വ്യക്തിത്വത്തിനുടമയായ പാപ്പൻ എന്നും എല്ലാവർക്കും നല്ലൊരു മാതൃകയാണ്.

ചേച്ചിയെയും ചേട്ടനെയും എന്നെയും അക്ഷരം പഠിപ്പിച്ചതും സ്കൂളിൽ കൊണ്ടുപോയി ചേർത്തതും പാപ്പനായിരുന്നു. അങ്ങനെ ആ സുന്ദരസുരഭില ദിനത്തിൽ നീലനിറമുള്ളൊരു നേർത്ത സിൽക്കിന്റെ ഉടുപ്പുമിട്ട് കണ്ണെഴുതി പൊട്ടുതൊട്ട് സുന്ദരിയായി പാപ്പനോടൊപ്പം ഞാൻ സ്കൂളിലേക്ക് യാത്രയായി. പണ്ടു കാലത്ത് രാജകുമാരിമാർ പല്ലക്കിൽ യാത്ര ചെയ്യുന്നതുപോലെ പാപ്പന്റെ തോളിലിരുന്ന് രാജകീയമായാണ് യാത്ര. സ്കൂളിലെത്തിയപ്പോൾ എന്നെപ്പോലെ മറ്റു ചില കുട്ടികൾ കൂടി രക്ഷാകർത്താക്കൾക്കൊപ്പം അവിടെ എത്തിയിട്ടുണ്ട്. ഓഫീസിനുള്ളിൽ വെട്ടമില്ലാതിരുന്നതു കൊണ്ടോ കാഴ്ചക്ക് മങ്ങലുള്ളത് കൊണ്ടോ എന്തോ, മേശയും കസേരയും പുറത്ത് വരാന്തയിലേക്കെടുത്തിട്ട് അവിടെ ഇരുന്നുകൊണ്ട് കുട്ടികളുടെ പേരും മറ്റു വിവരങ്ങളും രജിസ്റ്ററിൽ രേഖപ്പെടുത്തുകയാണ് വേലായുധൻ മാഷ്. ഒപ്പം അപ്പുക്കുട്ടൻ മാഷുമുണ്ട്. അപ്പുക്കുട്ടൻ മാഷിനെ എനിക്ക് നേരത്തെ പരിചയമുണ്ട്. അപ്പച്ചന്റെ വല്യ ദോസ്താണ്.

മാഷ് പാപ്പനോട് കുശലം ചോദിച്ചു. എന്നോട് പേരും. എനിക്കന്ന് അക്ഷരങ്ങളേതാണ്ട് മുഴുവനും അറിയാം. ഒന്നു മുതൽ നൂറു വരെ എണ്ണാനുമറിയാം. ഈ വിവരങ്ങളൊക്കെ പാപ്പൻ മാഷിനെ വിവരിച്ചു കേൾപ്പിച്ചു. 'മിടുക്കി' എന്ന് മാഷ് അഭിനന്ദിച്ചപ്പോൾ ആരാധനയോടെയും അല്പം അസൂയയോടെയും നോക്കുന്ന മറ്റു കുട്ടികൾക്കിടയിൽ സിൽക്ക് ഫ്രോക്കിന്റെ ഞൊറിവുകൾ തെരുപ്പിടിച്ച് ഞാൻ തലയുയർത്തി നിന്നു.

എന്റെ ഊഴമെത്തി. പേര്, വീട്ടുപേര്, അഛന്റെയും അമ്മയുടെയും പേര്, ഇത്യാദിയെല്ലാം രജിസ്റ്ററിൽ കുറിച്ചതിനുശേഷം ഭാവിയിൽ ഏങ്ങും ഒരിക്കലും എന്നെ മാറിപ്പോകാതിരിക്കാനായി

രണ്ടു മറുകുകൾ കാണിക്കാൻ മാഷ് ആവശ്യപ്പെട്ടു ..!

ഞാൻ പെട്ടു...!

അതിനുശേഷം അവിടെ നടന്ന സംഭവങ്ങൾ ഞാനൊരിക്കലും ഓർമ്മിക്കാനാഗ്രഹിക്കാത്തവയാണ്. പാപ്പൻ ചോദിച്ചു.

''മറുകു വല്ലതുമുണ്ടോ?''

ഞാൻ കൈ മലർത്തി. എനിക്കെന്ത് മറുക്..

തുടർന്ന് മറുക് പരിശോധന ആരംഭിച്ചു. മുഖം, കഴുത്ത്, കൈകൾ, കാലുകൾ തുടങ്ങി പുറത്തു കാണാവുന്ന ഭാഗങ്ങളെല്ലാം പരിശോധിച്ചു. അപ്പുക്കുട്ടൻ മാഷും പാപ്പന്റെ സഹായത്തിനെത്തി. രണ്ടു പേരും കൂടി എന്നെ തിരിച്ചും മറിച്ചുമിട്ട് പരിശോധിച്ചു. ഒരു രക്ഷയുമില്ല. സൂചിക്കുത്തോളം പോന്നൊരു മറുകു പോലും എന്റെ ദേഹത്തെങ്ങുമില്ല. വേലായുധൻ മാഷ് അക്ഷമയോടെ മറുകുകൾ കണ്ടുപിടിക്കപ്പെടുന്നതും കാത്തിരിപ്പാണ്. ഇത്രയുമായപ്പോഴേക്കും സന്മനസ്കരായ ചില രക്ഷിതാക്കൾ കൂടി അടുത്തെത്തി. എന്റെ ബോധം ഏതാണ്ട് പോയതുപോലെയായി. കുറച്ചു നേരത്തേക്ക് എല്ലാം ബ്ലാങ്ക്..! പിന്നെ ബോധമണ്ഡലത്തിലേക്ക് തിരികെ വന്നപ്പോൾ ഞാൻ ഞെട്ടിപ്പോയി. വരാന്തയിൽ മാഷുമ്മാരുടെയും കുട്ടികളുടെയും രക്ഷിതാക്കളുടെയും മുന്നിൽ ഒരു കുഞ്ഞു ജട്ടി മാത്രമിട്ട് നിൽക്കുകയാണ് ഞാൻ. എന്റെ സിൽക്കുടുപ്പ് പാപ്പന്റെ തോളിൽ കിടന്ന് വിശ്രമിക്കുന്നു. പുറമെ കാണാവുന്ന ഭാഗത്തൊന്നും മറുകുകളില്ലാത്തതിനാൽ വിദഗ്ദ പരിശോധനക്കായി ഉടുപ്പൂരിയിരിക്കുകയാണ്. നോക്കിനിൽക്കുന്ന സമപ്രായക്കാരായ കുട്ടികളുടെ മുഖത്ത് ചിരി പടരുന്നുണ്ടോ..?

അന്ന് സീതാദേവിയുടെ കഥയെനിക്കറിയില്ലായിരുന്നു. അറിഞ്ഞിരുന്നെങ്കിൽ ഭൂമിക്കടിയിലേക്ക് താണുപോവാൻ ഞാനാഗ്രഹിച്ചേനെ. അഞ്ചു വയസ്സുള്ള ഒരു പെൺകുട്ടിക്ക് മാനാഭിമാനങ്ങളില്ലെന്നോ..? അല്പം മുമ്പ് അഭിമാനത്തോടെ തലയുയർത്തി നിന്നിരുന്ന ഞാൻ അപമാനഭാരത്താൽ തലകുനിച്ചു നിന്നു.

ഏന്തായാലും ദീർഘനേരത്തെ അന്വേഷണത്തിന് ശേഷം വയറിന്റെ ഇടത്തുവശത്തായി ഒരു കുഞ്ഞു മറുക് കണ്ടുപിടിക്കപ്പെട്ടു. തീർന്നില്ല. ഒന്നുകൂടി വേണമത്രേ. എവിടെപ്പോയി കണ്ടുപിടിക്കാനാണ്. ഒന്നുതന്നെ കണ്ടുപിടിക്കാൻ പെട്ട പാട്..! ഒടു

വിൽ വലതു കൈയിലെ ചെറുവിരലിലായി ഒരു കറുത്ത പാട് അപ്പുക്കുട്ടൻ മാഷിന്റെ ശ്രദ്ധയിൽപ്പെട്ടു. വാസ്തവത്തിൽ അത് മറുകായിരുന്നില്ല. തലേന്ന് കഴിച്ച ചക്കപ്പഴത്തിന്റെ ഓർമ്മക്കായി കഴുകിയിട്ടും പോവാതെ പറ്റിപ്പിടിച്ചിരുന്ന അരക്കോ മറ്റോ ആയിരുന്നു. മറുക് കണ്ടുപിടിക്കാനുള്ള ആദ്യശ്രമത്തിൽ പാപ്പൻ അതിനെ നഖം കൊണ്ട് ചുരണ്ടി നോക്കി വെറുതെ വിട്ടതാണ്. വീണ്ടും അതിനെ യഥാസ്ഥാനത്ത് ഒട്ടിച്ചു വച്ചു. തുടർന്ന് പാപ്പനും അപ്പുക്കുട്ടൻ മാഷും കണ്ണുകൾ കൊണ്ട് പരസ്പരം സംസാരിച്ചതിനു ശേഷം ആഘോഷപൂർവ്വം ആ പാട് വേലായുധൻ മാഷിന് മുന്നിൽ സമർപ്പിക്കപ്പെട്ടു. സംതൃപ്തനായ മാഷ് തല കുലുക്കി അതിനെ അംഗീകരിക്കയും ചെയ്തതോടെ പ്രശ്നം പരിഹരിക്കപ്പെട്ടു. സ്കൂളിൽ ചേർന്ന സന്തോഷത്തോടെ പഴയതുപോലെ പല്ലക്കിലേറി ഞാൻ വീട്ടിലേക്ക് തിരിച്ചു.

ഞാൻ വളർന്നു. ഒപ്പം മറുകുകളും.. ഇന്നിപ്പോൾ ആവശ്യത്തിലധികം മറുകുകൾ എനിക്ക് സ്വന്തമായുണ്ട്. വർഷങ്ങൾക്കിപ്പുറം, അന്ന് കുട്ടിയായിരുന്നെങ്കിലും എന്റെ മാനത്തെ കാറ്റിൽ പറത്തിയ സംഭവബഹുലമായ ആ മറുകുകഥ കേട്ട് അപ്പനും മക്കളും ചിരിച്ചുമടുത്തു.

കാലിൽ പുതുതായി രൂപപ്പെട്ടു വരുന്ന പുതിയ ഒരു മറുക് നോക്കി മകൾ പറഞ്ഞു.

''അമ്മേ, ദാ ഒരു മറുകുകൂടി.''

ആ സുന്ദരൻ മറുകിനെ ഞാൻ സ്നേഹത്തോടെ നോക്കി. മറുകില്ലാത്തതിന്റെ പേരിൽ ഇനി ഞാനൊരിക്കലും അപമാനിതയാവുകയില്ല.

●

18. കണ്ണാംചുട്ടികൾ

''ഒന്നു പോയി നോക്കീട്ടു വരൂന്നേ..''
അമ്മയാണ്.

തോരാതെ പെയ്യുന്ന മഴ നൽകുന്ന തണുപ്പിൽ മൂടിപ്പുതച്ചുറങ്ങുന്ന അപ്പച്ചനെ ഉണർത്താൻ ശ്രമിക്കുകയാണ്.

രാത്രി മുഴുവൻ മഴ തകർത്തുപെയ്യുകയായിരുന്നു. മഴയുടെ ആരവം കേട്ടുകേട്ടു കിടന്ന് ഉറങ്ങിപ്പോയത് എപ്പോഴാണെന്ന് ഓർമ്മയില്ല. രാവിലെ വൈകി ഉണരുമ്പോഴും മഴ നിലച്ചിരുന്നില്ല.

''തോട്ടിൽ വെള്ളം ഉയർന്നിട്ടുണ്ടാകും.''
അമ്മ പറയുന്നു.

''കുട്ടികൾക്ക് സ്കൂളിൽ പോകാൻ പറ്റുമോന്നറിയില്ല. നിങ്ങളൊന്ന് പോയി നോക്കിയിട്ട് വരൂ.''

അമ്മ പറയുന്നത് കേട്ടുകൊണ്ട് മയക്കം നടിച്ചുകിടക്കവേ ഉള്ളിന്റെയുള്ളിലുമുണ്ട് കൊച്ചുകൊച്ചു വെള്ളപ്പൊക്കങ്ങൾ. കുളിർമയുള്ള ചില ജലധാരകൾ!

''വേഗം പോയി നോക്കി വരൂന്നേ..''

ഉള്ളിൽനിന്ന് ആരോ വിളിച്ചു പറയുന്നു. തീർച്ചയായും വെള്ളം ഉയർന്നിട്ടുണ്ടാവും. തോട് മുറിച്ചുകടക്കുക സാധ്യമാവുകയില്ല. അങ്ങനെയെങ്കിൽ ഇന്ന് സ്കൂളിൽ പോകേണ്ടി വരില്ല. ഉള്ളിൽ സന്തോഷത്തിരമാലകൾ നിറഞ്ഞു. കവിഞ്ഞൊഴുകുന്ന തോട്. എങ്ങനെ സ്കൂളിൽ പോകും.? വരുത്തിക്കൂട്ടിയ വിഷമത്തോടെ ഞാൻ ഏട്ടനെ നോക്കി. ഇന്ന് സ്കൂളിൽ പോകാൻ കഴിഞ്ഞില്ലെങ്കിൽ ആകാശം ഇടിഞ്ഞുവീഴുമെന്നമട്ടിൽ അതിലും സങ്കടം മുഖത്ത് ചാലിച്ചാണ് ഏട്ടന്റെ ഇരിപ്പ്. പക്ഷെ എന്റെയത്രയും അഭിനയം മൂപ്പർക്കറിയാത്തതുകൊണ്ട് ഉള്ളിൽ തുളുമ്പുന്ന സന്തോഷം ആ മുഖത്ത് വ്യക്തമായി അറിയാം. അപ്പച്ചൻ നല്ല ഉറക്കമാണ്. കോരിച്ചൊരിയുന്ന മഴയുടെ തണുപ്പിൽ ഉറങ്ങാൻ എന്ത് രസം.

ഒടുവിൽ വല്യപ്പച്ചനാണ് തോട്ടിലെ വെള്ളം നോക്കാൻ പോയത്. അതോടെ ഞങ്ങൾക്ക് പ്രതീക്ഷയേറി. അന്ന് ഞങ്ങൾ എടിവണ്ണ പള്ളി സ്കൂളിലാണ് പഠിക്കുന്നത്. വീട്ടിൽ നിന്ന് നല്ല ദൂരമുണ്ട് സ്കൂളിലേക്ക്. കൊച്ചുമക്കളോടുള്ള അമിത വാത്സല്യത്താൽ, ഇത്ര ദൂരം നടന്ന് ഞങ്ങൾ കുട്ടികൾ സ്കൂളിൽ പോകുന്നതിന്റെ ആവശ്യകതയെ വല്യപ്പച്ചൻ ശക്തിയുക്തം എതിർക്കുന്ന കാലം. പെരുമഴയെന്നല്ല, ഒരു ചാറ്റൽ മഴ പൊഴിയുമ്പോഴേക്കും 'ഇന്ന് നല്ല മഴയാണല്ലോ.. പിള്ളേരെ സ്കൂളിൽ വിടണ്ട' എന്ന് ഞങ്ങൾക്ക് വേണ്ടി അമ്മയോട് ശുപാർശ ചെയ്യുന്ന വല്യപ്പച്ചൻ ഞങ്ങളുടെ മുത്തായിരുന്നു.

''ഒരു രക്ഷയുമില്ല. തോട് മാത്രമല്ല, പാടവും വെള്ളത്തിൽ മുങ്ങി കിടക്കുവാ. രണ്ടു ദിവസത്തേക്ക് കുട്ടികൾക്ക് സ്കൂളിൽ പോകാൻ പറ്റുമെന്ന് തോന്നുന്നില്ല.'' വല്യപ്പച്ചൻ അറിയിച്ചു.

സന്തോഷം കൊണ്ട് ഞങ്ങളുടെ ഉള്ളം നിറഞ്ഞുകവിഞ്ഞു. രണ്ടുദിവസത്തേക്ക് സ്കൂളിൽ പോകേണ്ടപോലും. ആനന്ദിക്കാൻ ഇതിൽ കൂടുതൽ എന്തുവേണം? ഹിന്ദി ടീച്ചറിന്റെ ചൂരലിൽ നിന്നും കണക്ക് മാഷിന്റെ ചോരക്കണ്ണുകളിൽനിന്നും രണ്ടു ദിവസത്തേക്ക് മോചനം. വേണ്ടത്ര മൂടിപ്പുതച്ചുകിടന്നുറങ്ങാം. ഇറയത്തുനിന്നു വീഴുന്ന മഴവെള്ളത്തിൽ കടലാസ് തോണി ഒഴുക്കി കളിക്കാം. ചുമ്മാ മഴ കണ്ടിരുന്നു സ്വപ്നം കാണാം. ആഹാ ..! എന്ത് രസം ..!

എല്ലാവർഷവും മഴക്കാലത്ത് ഇത് പതിവുള്ളതാണ്. വീടിന് കുറച്ച് പിന്നിലായി പാടശേഖരവും പാടത്തിനുനടുവിലായി സാമാന്യം വലിയ ഒരു തോടുമുണ്ടായിരുന്നു. അന്ന് തോടിന് കുറുകെ പാലം പണിതിട്ടില്ല. തോട് മുറിച്ചുകടന്നാണ് ഞങ്ങൾ കുട്ടികൾ സ്കൂളിൽ പൊയ്ക്കൊണ്ടിരുന്നത്. വേനൽക്കാലത്ത് അധികം ആഴമില്ലാത്ത ചെറിയ നീരൊഴുക്ക് മാത്രമേ ഉണ്ടാവൂ. കണ്ണുനീർ പോലെ തെളിഞ്ഞ ജലത്തിനടിത്തട്ടിൽ വെള്ളാരംകല്ലുകൾ പളുങ്കുമണികൾപോലെ തിളങ്ങി. നൂറുകണക്കിന് വെള്ളിപ്പരലുകളും കണ്ണാംചുട്ടികളും തുള്ളിക്കളിച്ചു. പരിസരങ്ങളിലുള്ള സ്ത്രീകൾ തുണികൾ കഴുകാനും വിശേഷങ്ങൾ പങ്കുവെയ്ക്കാനും അല്പം പരദൂഷണം പറയാനും മറ്റുമായി വൈകുന്നേരങ്ങളിൽ തോട്ടിറമ്പിൽ ഒത്തുകൂടി. തോടിന്റെ ഇരുകരകളിലുമായി തഴച്ചുവളർന്ന കൈതകളിൽ നിറയെ പൂക്കൾ വിടർന്നുനിന്നിരുന്നു. ആ തോട്

കടന്നാണ് ഞങ്ങൾ ഇങ്ങേക്കരയിലുള്ള കുട്ടികൾ സ്കൂളിൽ പൊയ്ക്കൊണ്ടിരുന്നത്. മഴക്കാലത്ത് തോട്ടിൽ വെള്ളം കയറും. ആർത്തലച്ചുവരുന്ന മലവെള്ളം ഇരുകരകളിലുമുള്ള നെൽവയലുകളെപ്പോലും മുക്കിക്കളയും. അങ്ങനെയുള്ള ദിവസങ്ങളിൽ ഞങ്ങൾ കുട്ടികൾക്ക് സ്കൂളിൽ പോകേണ്ടിയിരുന്നില്ല. തോടു കടക്കാൻ കഴിയാഞ്ഞാൽ എങ്ങനെ സ്കൂളിൽ പോവാനാണ്. അത്തരം ദിവസങ്ങളിൽ സ്കൂളിൽ നിന്നും ഞങ്ങൾക്ക് സ്പെഷ്യൽ അവധി അനുവദിച്ചുതന്നിരുന്നു. ചില ദിവസങ്ങളിൽ രാവിലെ അധികം വെള്ളം ഉണ്ടാവില്ല. അതിനാൽ തോടിറങ്ങി കടന്നു ഞങ്ങൾ സ്കൂളിൽ പോകും. ശേഷം പകൽ മുഴുവൻ പെയ്യുന്ന മഴയിൽ തോട്ടിൽ വെള്ളം കയറും. അങ്ങനെയുള്ള ദിവസങ്ങളിൽ ഞങ്ങൾ തിരിച്ചു വരുന്നതും കാത്ത് തോട്ടിൻകരയിൽ വേണ്ടപ്പെട്ടവർ കാത്തുനിൽപ്പുണ്ടാവും. ഞങ്ങൾക്ക് അതിൽപ്പരം സന്തോഷം വേറെയില്ല. ഓരോരുത്തരായി മുതിർന്നവരുടെ തോളിലിരുന്ന് തോടും പിന്നെ പാടവും കടക്കും. കൂടുതലായും ഈ ചുമതല വന്നു വീണിരുന്നത് പാടത്തിന്റെ കരയിൽ താമസിച്ചിരുന്ന ജോസ് പാപ്പന്റെ ചുമലിലായിരുന്നു. ഞങ്ങൾ കുട്ടിക്കൂട്ടങ്ങൾ മഴയത്ത് തുള്ളിച്ചാടി പാതി നനഞ്ഞും നനയാതെയും എത്തുമ്പോഴേക്കും പാപ്പൻ തോട്ടിൻ കരയിൽ ഞങ്ങളെയും പ്രതീക്ഷിച്ചുനിൽപ്പുണ്ടാവും. ഓരോരുത്തരെയായി ഉയർത്തി ചുമലിൽ വച്ചും വെള്ളത്തിന് മീതെ ഉയർത്തിപ്പിടിച്ചും പാപ്പൻ തോടുകടത്തിവിടും.

അങ്ങനെ എത്രയോ മഴക്കാലങ്ങൾ: എത്രയെത്ര മഴയോർമ്മകൾ. വർഷത്തിൽ രണ്ടോ മൂന്നോ അവധികൾ ഞങ്ങൾക്ക് ചുളുവിൽ ഒപ്പിച്ചു തന്നിരുന്ന ആ പ്രിയ തോടിനെ എങ്ങിനെ മറക്കാനാണ്. കുറെ കഴിഞ്ഞപ്പോൾ തോടിന് കുറുകെ കോൺക്രീറ്റ് പാലം വന്നു. അതോടെ തോടിന്റെ ചന്തവും പോയി. കലപില കൂട്ടി തോടിറങ്ങിക്കടക്കുന്ന കുട്ടികളുടെ പാദസ്പർശമില്ലാതെ പളുങ്കുകല്ലുകളുടെ തിളക്കം നഷ്ടപ്പെട്ടു. കണ്ണാംചുട്ടികൾ വ്യസനിച്ചു. ക്രമേണ ജലം മലിനമാവുകയും മീനുകൾ അപ്രത്യക്ഷമാവുകയും ചെയ്തു. അലക്കാനും കുളിക്കാനുമായി സ്ത്രീകൾ തോട്ടിറമ്പിലെത്താതായി. അലക്കുകല്ലുകൾ പായലിൽ കുളിച്ചു. പാലം കടന്നുപോകുമ്പോഴൊക്കെ തോടിന്റെ അവസ്ഥകണ്ട് ഞങ്ങൾ ദുഃഖിച്ചു. താഴെ കലക്കവെള്ളത്തിൽ കണ്ണാംചുട്ടികളെ തിരഞ്ഞു. മീനുകളെല്ലാം

തോടുപേക്ഷിച്ച് പോയിക്കഴിഞ്ഞിരുന്നു. പകരം ഇരുകരകളിലും കൈതക്കാടുകളിൽ നീർക്കോലികൾ പുളഞ്ഞു. തവളകൾ കരഞ്ഞു.

കാലം കടന്നുപോയി. ഗ്രാമത്തിൽ പുതിയ റോഡുണ്ടായി. നിരവധി വാഹനങ്ങളും. അതോടെ എല്ലാവരും തോട് കടന്നുള്ള യാത്ര ഉപേക്ഷിച്ച് വാഹനങ്ങളെ ആശ്രയിച്ചു. ഞങ്ങൾ കുട്ടികളും വളർന്നു. പഠനവും ജോലിയും വിവാഹവുമൊക്കെയായി പല വഴിക്ക് പിരിഞ്ഞു. പാടവരമ്പുകളും തോടും കൈതപ്പൂക്കളുടെ സുഗന്ധവും ഓർമ്മകളിൽ മാത്രമായി.

രണ്ടു വർഷം മുൻപ് ഒരു അവധിക്കാലത്ത് ആ പഴയ ഓർമ്മകളുടെ തോട്ടിറമ്പിൽ ഞാൻ ഓടിയെത്തി.

എവിടെ? പച്ചപ്പട്ടുപുതച്ച വയലേലകൾ? തോട്? കൈതപ്പൂക്കൾ.?

എല്ലാം കഴിഞ്ഞ ജന്മത്തിലെങ്ങോ കണ്ടുമറന്ന സ്വപ്നങ്ങൾ മാത്രമെന്നുതോന്നി. പച്ചപ്പും മനോഹാരിതയും നിറഞ്ഞ ആ ദൃശ്യങ്ങൾ മറഞ്ഞേ പോയിരിക്കുന്നു. പകരം അവിടമെല്ലാം റബർ മരങ്ങൾ വളർന്നുനിന്നു. നടവരമ്പുകളെപ്പോലും മറച്ചുകൊണ്ട് തോട്ടപ്പയറുകൾ കാടുപിടിച്ചു പടർന്നു കിടന്നു. അവയ്ക്ക് നടുവിലായി ഒരു കോൺക്രീറ്റുപാലം മാത്രം മാറ്റമില്ലാതെ നില കൊണ്ടു. നീരൊഴുക്കില്ലാത്ത, തുള്ളിത്തിമിർക്കുന്ന മീനുകളില്ലാത്ത ഉണങ്ങി വരണ്ട പഴയ തോടിന്റെ പ്രേതത്തെ കണ്ടു ഞാൻ പേടിച്ചു. ആഘോഷത്തിമിർപ്പുകളുമായി ഒരുകൂട്ടം കുട്ടികൾ ഈ വഴി കടന്ന് പോയത് കഴിഞ്ഞ ജന്മത്തിലാണെന്ന് തോന്നി. തികച്ചും അപരിചിതയായവളെ ചോദ്യഭാവത്തിൽ നോക്കി ശിരസ്സിളക്കിയ മരങ്ങളോട് ഞാൻ പറഞ്ഞു...

‘‘ക്ഷമിക്കണം, വഴിതെറ്റി വന്നുപോയവളാണ് ഞാൻ..’’

19. പൂവാകകൾ

‘‘ഇരുപത് വർഷങ്ങൾക്ക് ശേഷം ക്യാമ്പസിൽ വീണ്ടുമെത്തിയപ്പോൾ എന്തു തോന്നുന്നു..?’’

എ.സി.യുടെ കുളിരുള്ള വലിയ ഓഫീസ്. സ്വർണ്ണവർണ്ണത്തിലും വെള്ളി നിറത്തിലുമുള്ള വലിയ ട്രോഫികളും ഷീൽഡുകളും നിരത്തിവച്ച അലമാരകൾ.. നിറഞ്ഞ ചിരിയോടെ, കസേരയിൽ അല്പം പിന്നിലേക്ക് ചാഞ്ഞിരുന്ന് സുന്ദരനും ചെറുപ്പക്കാരനുമായ പ്രിൻസിപ്പൽ ചോദിക്കുന്നു.

ഇരുപത് വർഷങ്ങൾ..!

ഇരുപത് വർഷങ്ങൾക്ക് മുൻപാണോ ഞാൻ ഈ കോളജിൽ പഠിച്ചിരുന്നത്..? ഹേയ്..! ആവില്ല. ഇരുപത് മാസം അല്ലെങ്കിൽ ഇരുപത് ആഴ്ചകൾ .. അത്രയേ ആയിട്ടുണ്ടാവൂ. കാരണം. അത്രയ്ക്കും പച്ചപ്പുണ്ട് ഓർമ്മകൾക്കിപ്പോഴും...

മുഗൾശിൽപ്പചാതുര്യത്തെ അനുസ്മരിപ്പിക്കുന്ന, എം. ഇ. എസ്. കോളേജ്, മമ്പാട് എന്ന് എഴുതിവച്ച, പച്ചചായം പൂശിയ, വലിയ കവാടം കടന്ന് അകത്തേക്ക് കയറുമ്പോൾ മനസ്സിൽ ഓർമ്മകളുടെ ഇരമ്പൽ. വർഷങ്ങൾ എത്ര കഴിഞ്ഞു, ഈ ക്യാമ്പസിനോട് വിടപറഞ്ഞുപോയിട്ട്. എന്നിട്ടും ഓർമ്മകൾക്കില്ല ഇന്നും യാതൊരു മങ്ങലും മടുപ്പും. ചില ഓർമ്മകൾ അങ്ങനെയാണ്. വത്സരങ്ങളെത്ര കൊഴിഞ്ഞുപോയാലും മനസ്സിന്റെ വാടിയിൽ പച്ചപ്പോടങ്ങനെ തളിർത്തുനിൽക്കും. ഒരിക്കലും വാടാത്ത പുഷ്പങ്ങളുമായി.

പൂവാകകൾ തണൽ വിരിക്കുന്ന ഈ പാതയിലൂടെ, പൂക്കളെ തഴുകിയെത്തുന്ന ഇളംകാറ്റിൽ, ഇളകുന്ന അളകങ്ങൾ മാടിയൊതുക്കി, പുസ്തകങ്ങൾ മാറോടടുക്കി അറിവിന്റെ വെളിച്ചംതേടി ആദ്യമായി കടന്നുവന്ന ദിവസം. നീളൻ പാവാടയും ജാക്കറ്റും

ധരിച്ച കൂട്ടുകാരികൾക്കിടയിൽ മുട്ടോളമെത്തുന്ന പാവാടയണിഞ്ഞ തട്ടമിടാത്ത ഞാൻ. 'പാവാടക്ക് ഇത്തിരി ഇറക്കം കുറഞ്ഞുപോയോ' എന്ന് ചൂളമരച്ചുവട്ടിൽ നിന്നും ആരോ. ആദ്യം കേട്ട കമൻറ്. ചൂളിപ്പോയി. കൈകൾ കൊണ്ട് കഴിയുന്നത്ര പാവാട വലിച്ചുതാഴ്ത്തി നീളൻ കാലുകൾ മറക്കാൻ ശ്രമിച്ചുകൊണ്ട് ഞാൻ. ഗ്രാമത്തിലെ സ്കൂളിൽനിന്നും പത്താം ക്ലാസ് കഴിഞ്ഞ് പട്ടണത്തിലെ കോളേജിലേക്കെത്തിയ പാവം നാട്ടിൻ പുറത്തുകാരിക്ക് കാണുന്നതെല്ലാം വിസ്മയങ്ങൾ. ചൂളമരങ്ങൾ അതിരിടുന്ന പാതയോരത്ത് സൊറ പറഞ്ഞിരിക്കുന്ന സൗഹൃദങ്ങൾ. അക്വേഷ്യ മരങ്ങൾക്ക് ചുവട്ടിൽ ഹൃദയം പങ്കുവെയ്ക്കുന്ന പ്രണയജോടികൾ. കാറ്റത്തു കൊഴിഞ്ഞുവീഴുന്ന ഇലഞ്ഞിപ്പൂക്കൾ.

എല്ലാം പഴയതു പോലെയുണ്ട് ഇപ്പോഴും. വർഷങ്ങൾ കടന്നുപോയിട്ടും വാർദ്ധക്യം ബാധിക്കാത്ത സുന്ദരിയാണ് ക്യാമ്പസ്. തണൽമരങ്ങളുണ്ട്. പൂക്കളും തണലും കാറ്റുമുണ്ട്. എത്രയെത്ര നഷ്ടപ്രണയങ്ങൾ വീണുടഞ്ഞ പാതകൾ. എത്രയെത്ര പ്രണയങ്ങൾ ഹൃദയം കൈമാറിയ വാകമരച്ചുവടുകൾ.. ഇലഞ്ഞിപ്പൂക്കളെ തഴുകിത്തഴുകി കാലാകാലങ്ങളായി വലിയ മതിൽക്കെട്ടിനുള്ളിൽ ചുറ്റിത്തിരിയുന്ന ഇളംകാറ്റിനുപോലും ആ പഴയ സുഗന്ധം.

കൊറോണ നിശബ്ദമാക്കിയ ക്യാമ്പസ്. ആളും ബഹളവുമില്ല. അവിടവിടെയായി ചില കുട്ടിക്കൂട്ടങ്ങൾ മാത്രം. വിശാലമായ അങ്കണത്തിൽ പ്രധാന കെട്ടിടത്തിന് അരികിലെത്തി നിൽക്കുമ്പോൾ ആദ്യം കാണുന്ന മുറി. അതായിരുന്നു രണ്ടുവർഷം എന്റെ ക്ലാസ് റൂം.

ഓർമ്മകൾ..!

ഓഫീസിൽ നിന്നിറങ്ങി പഴയ ക്ലാസിനു മുന്നിൽ അല്പനേരം നിന്നു. ആ പഴയ ബെഞ്ചിൽ ഒരിക്കൽ കൂടി ഇരിക്കാൻ മോഹം തോന്നി. അകത്തുകയറാൻ നിർവാഹമില്ല. വലിയ താഴിട്ടുപൂട്ടിയിരിക്കുന്നു. നീളൻകെട്ടിടം ചുറ്റി പിൻഭാഗത്തെത്തി. പ്രതീക്ഷിച്ചതുപോലെത്തന്നെ പിറകിലെ ജനൽ തുറന്നുകിടക്കുന്നു. ഉള്ളിലേക്ക് നോക്കിയപ്പോൾ ഉള്ളം പിടച്ചു. രണ്ടുവർഷം ഞാനിരുന്നു പഠിച്ച ക്ലാസ് മുറി.. കാണാം വിശാലമായ ക്ലാസ്. നിരത്തിയിട്ടിരിക്കുന്ന ബെഞ്ചുകൾ. നിരന്നിരിക്കുന്ന കുട്ടികൾ..

ഒന്നും രണ്ടുമല്ല, നൂറ് കുട്ടികൾ. അവർക്കിടയിൽ പ്രിയ കൂട്ടുകാരികൾ.. സുനിത, സാജിത, ലുനാശ്രീ..

ജനാലയോട് ചേർന്നുകിടക്കുന്ന ബെഞ്ചും മേശയും. എന്റെ ഇരിപ്പിടം. ഇതാ ഇവിടെയായിരുന്നു എന്റെ സ്ഥാനം. ഈ ജനാലയ്ക്ക് തൊട്ടടുത്ത്. കൈ ഒന്ന് നീട്ടിയാൽ തൊടാം. അത്രയടുത്ത്. ക്ലാസിന്റെ മദ്ധ്യത്തിലായി അല്പം ഉയർന്ന പ്ലാറ്റ്ഫോമിൽ നിന്നുകൊണ്ട് ലോകചരിത്രം പഠിപ്പിക്കുന്ന അലിയാർ സാർ. ക്യാമ്പസിന്റെ പേടിസ്വപ്നം...

“ഉത്തരം പറയൂ”

പഠിപ്പിക്കുന്നതിനിടയിൽ ജനാലക്കരികിലേക്ക് സാർ കൈ ചൂണ്ടുന്നു. ദിവാസ്വപ്നങ്ങളിൽ നിന്നും ഞെട്ടിയുണർന്ന് കണ്ണു മിഴിക്കുന്നൊരു പാവാടക്കാരി.

അറിയില്ല. പഠിച്ചുവെച്ച ഉത്തരങ്ങളൊക്കെയും മറന്നു പോയിരിക്കുന്നു..

ഈ ക്ലാസിൽ വച്ചാണ് ആദ്യ പ്രണയ ലേഖനം കൈപറ്റിയത്. (അവസാനത്തേതും.) ഒരു ദിവസം ക്ലാസ്സിലെത്തുമ്പോഴുണ്ട് ഇരിപ്പിടത്തിനരികിലുള്ള ജനാലയിൽ പഴയ ഒരാണിയിൽ കൊളുത്തപ്പെട്ട് എനിക്കായി ഒരു പ്രണയ ലേഖനം. ഇപ്പോഴും അതവിടെ ഉണ്ടെന്ന് തോന്നി. കാറ്റിൽ ഇളകിയാടുകയാണ്. എഴുതിയ ആളെ മാത്രം ഒരിക്കലും കണ്ടുകിട്ടിയില്ല.. കാരണം അതെഴുതിയത് ഒരു തീവ്രവാദിയായിരുന്നു..!

ഓർമ്മകളുടെ ജനൽപാളികൾ പതിയെ ചാരി അവിടെ നിന്നും നടന്നു. ഓടിട്ട പഴയ കെട്ടിടം ഇപ്പോഴും അതേ പോലുണ്ട്. പഴയ സിമന്റ്തറ വെളുത്ത ടൈൽസ് പാകി മിനുക്കിയിരിക്കുന്നു എന്നുമാത്രം. വീണ്ടും ഓർമ്മകളുടെ കുത്തൊഴുക്ക്. റംല ടീച്ചറുടെ ഹിന്ദി ക്ലാസ് ഇവിടെയായിരുന്നു. അതിനപ്പുറം ലൈല ടീച്ചറുടെ മലയാളം ക്ലാസ്. നീളൻ വരാന്തയിലൂടെ മുന്നോട്ടു നടന്നപ്പോൾ ഒരേപോലെ യൂണിഫോമിട്ട കുറച്ച് കുട്ടികൾ എതിരെ വന്നു. ഒരു ഫോട്ടോ എടുത്തു തരാമോ എന്ന് ചോദിച്ചപ്പോൾ അവർ സന്തോഷത്തോടെ എടുത്തുതന്നു. നല്ല കുട്ടികൾ. എന്താണ് പഠിക്കുന്നതെന്ന് ചോദിച്ചപ്പോൾ ഏതൊക്കെയോ കോഴ്സുകളുടെ പേര് പറഞ്ഞു. ഞാൻ പഠിക്കുന്ന സമയത്ത് അവയൊന്നും അവിടെ ഉണ്ടായിരുന്നില്ല.

ദിശയറിയാതെ വിശുന്ന കാറ്റുപോലെ വരാന്തയിൽ ചുറ്റിത്തിരിയുന്നത് കണ്ട് രണ്ടു ചെറുപ്പക്കാർ അടുത്തുവന്നു. വളരെ വർഷങ്ങൾക്കു മുൻപ് ഇവിടെ പഠിച്ചിരുന്നുവെന്നും ഒരിക്കൽക്കൂടി ക്യാമ്പസ് കാണാനായി വന്നതാണ് എന്നും പറഞ്ഞപ്പോൾ അവർക്ക് സന്തോഷം. എഴുതാറുണ്ട് എന്നും ആദ്യ കവിതാസമാഹാരം കോളേജ് ലൈബ്രറിയിലേക്ക് സംഭാവന ചെയ്തു എന്നും അറിയിച്ചപ്പോൾ മിഴികളിൽ ആരാധന. അവരോട് സംസാരിച്ച നേരമത്രയും മുഖത്തുനിന്നും ഞാൻ മാസ്ക് നീക്കിയില്ല. എഴു

ത്തുകാരി എന്നറിഞ്ഞപ്പോൾ ആ കണ്ണുകളിൽ കണ്ട സന്തോഷവും ആരാധനയും മുഖം കണ്ടുകഴിയുമ്പോൾ ഇല്ലാതാവണ്ട എന്ന് വെറുതെ ഒരു പൂതി. അവരോട് യാത്രപറഞ്ഞു മുന്നോട്ടു നീങ്ങുമ്പോൾ മലയാളം, ഹിന്ദി ക്ലാസ്സുകൾക്കും ക്യാന്റീനിലേക്ക് തിരിയുന്ന വഴിക്കുമപ്പുറം നീളൻ കെട്ടിടം അവസാനിക്കുന്നിടത്ത് പഴയ സ്റ്റേജ്.

ഓർമ്മകൾ വീണ്ടും...

കോളേജ് ഡേ...

മനോഹരമായി അലങ്കരിച്ച സ്റ്റേജിൽ നിന്നുകൊണ്ട് സുമുഖനായ യുവാവ് പാടുകയാണ്.

'പ്രേമി ആഷിക് ആവാരാ

കാജൽ മജ്നു ദീവാനാ..'

കൗമാരത്തിന്റെ ആകർഷണത്തിലും ആ സ്വരമാധുരിയിലും മയങ്ങിയ പെൺകിടാങ്ങളുടെ അഞ്ജനക്കണ്ണുകളിൽ ആരാധനയുടെ നക്ഷത്രത്തിളക്കം. എന്നാൽ അവന്റെ മിഴികൾ നീളുന്നത് സുവോളജി ലാബിന്റെ മുന്നിൽ നിൽക്കുന്ന പെൺകുട്ടികളിലേക്ക്. അതിൽ മുന്നിൽ നിൽക്കുന്ന പെൺകുട്ടി. പൂർണ്ണചന്ദ്രനൊത്ത വദനം. ബോബ് ചെയ്ത തലമുടി. കറുത്ത മഞ്ഞപ്പൂക്കൾ തുന്നിയ മനോഹരമായ ഒറ്റവസ്ത്രം. വെളുത്ത പാദങ്ങളിൽ വെൽവെറ്റ് പാദുകങ്ങൾ. ഗോതമ്പുനിറമുള്ള കണങ്കാലിൽ പൊൻകൊലുസിന്റെ ചിലമ്പലുകൾ.. ആരും നോക്കിപ്പോകും. അവന്റെ കണ്ണുകളെ പിൻതുടർന്നെത്തുന്ന അഞ്ജനമിഴികളിൽ പൊടുന്നനെ അസൂയയുടെ തീർത്തിളക്കം.

പ്രീഡിഗ്രിക്ക് പഠിച്ച ആദ്യ വർഷം കോളേജ് ഡേയ്ക്ക് അതിഥിയായി എത്തിയത് നടൻ സുധീഷ് ആയിരുന്നു. രണ്ടാമത്തെ വർഷം നടി ശ്വേതയും.

ആരവങ്ങൾ .!

ആർപ്പുവിളികൾ ..! കൂവലുകൾ...!

ഓർമ്മകൾ... ഓർമ്മകൾ....

പതിയെ അവിടെനിന്നും തിരിഞ്ഞു നടന്നു. പഴയ ലേഡീസ് റൂമിന്റെ അടുത്തെത്തി. ഈ വരാന്തയിൽ ഇരുന്നും നിന്നും ചെലവഴിച്ച എത്രയെത്ര വൈകുന്നേരങ്ങൾ.. വരാന്തയിലിരുന്ന് കുറച്ചു കുട്ടികൾ കുശലം പറയുന്നുണ്ടായിരുന്നു വെയ്റ്റിംഗ് റൂമിന്റെ

പിൻഭാഗത്തേക്ക് വെറുതെ ഒന്ന് നടന്നു. ആകെ കാടുമൂടിക്കിട ക്കുകയാണ്. വയസ്സൻ കശുമാവുകൾ ഇപ്പോഴുമുണ്ട്. അവയുടെ ചുവട്ടിലിരുന്ന് സൗഹൃദം പങ്കുവച്ച എത്രയോ സായന്തനങ്ങൾ. അവിടെ കശുമാവിൻ ചുവട്ടിൽ വട്ടംകൂടിയിരുന്നാണ് ഉച്ചഭക്ഷ ണം ഞങ്ങൾ കൂട്ടുകാർ പങ്കിട്ട് കഴിച്ചത്. അപ്പുറം പഴയ ശുചിമുറി കൾ കാണാനേയില്ല. പൊന്തക്കാടുകൾ മറച്ചുകളഞ്ഞിരിക്കുന്നു. പുതിയവ മറ്റെവിടെയോ പണി കഴിപ്പിച്ചിട്ടുണ്ടാവാം. തിരികെ വരു മ്പോൾ കണ്ടു, ആളൊഴിഞ്ഞ വലിയ പ്ലേഗ്രൗണ്ടിന്റെ അരികു ചേർന്ന് പണിതിട്ടിരിക്കുന്ന സിമന്റ് ബെഞ്ചുകൾ. അവ പണ്ട് അവിടെ ഉണ്ടായിരുന്നില്ല.

തിരിച്ചുപോകുംമുൻപ് ഒരു ബെഞ്ചിൽ അല്പനേരമിരുന്നു. ഇലഞ്ഞിമരത്തിന്റെ ചില്ലകളെ തഴുകി വരുന്ന കാറ്റ് മനവും തനു വും തണുപ്പിച്ചു. ഒരു ദിനം മുഴുവനിരുന്നാലും താലോലിച്ചു തീരാ ത്തത്രയും സ്മരണകളാണ് രണ്ടുവർഷങ്ങളിൽ ഈ ക്യാമ്പസ് സമ്മാനിച്ചത്.

ഇലഞ്ഞിമരങ്ങളിൽ നിന്നും കുറച്ചു പൂക്കൾ ചുറ്റും ചിതറി വീണു. ഒളിമങ്ങാത്ത ഓർമ്മകളുമായി പുനർസന്ദർശത്തിനെ ത്തിയവൾക്ക് ക്യാമ്പസ് നൽകുന്ന ഉപഹാരമായിരിക്കാം. പോ കാൻ സമയമായി. ഇനിയും തിരിച്ചുവരും. ഓർമ്മകൾ ഉറങ്ങുന്ന മണ്ണിൽനിന്നും പറിച്ചെറിയപ്പെടുക എന്നത് ഒരിക്കലും എളുപ്പ മാവില്ല.

തലമുറകളുടെ കഥയും മൂളി ചുറ്റിത്തിരിയുന്ന കാറ്റിന്റെ പി ൻവിളി കേൾക്കാതിരിക്കുന്നതെങ്ങിനെ..?

●

20. ഗോപാലിക

താഴ്വരയിൽ വലിയൊരു മഴ പെയ്തുതോർന്നു. മലനിരകൾ കോടമഞ്ഞിന്റെ തിരശ്ശീലക്ക് പിന്നിൽ മറഞ്ഞു. അന്തരീക്ഷത്തിലെങ്ങും ഈറൻ തങ്ങിനിൽക്കുകയാണ്. എങ്ങുനിന്നെന്നറിയാതെ താഴെ മൈതാനത്തിൽ നിറയെ കന്നുകൾ വന്നു ചേർന്നിരുന്നു. അല്പനേരം മുമ്പ് അവയിലൊന്നിനെപ്പോലും പരിസരത്തെങ്ങും കാണാനുണ്ടായിരുന്നില്ല. മഴ തകർത്തുപെയ്തുകൊണ്ടിരുന്നപ്പോൾ അവയെല്ലാം എവിടെയായിരുന്നിരിക്കാം.? ഇപ്പോഴവ എവിടെനിന്നും വന്നു? പൊടുന്നനെ ശൂന്യതയിൽ നിന്നും അടർന്നുവീണതുപോലെ. പുൽനാമ്പുകൾ വെറുതെ മണത്തും പേരിനൊന്നു കടിച്ചും അവ ഗ്രൗണ്ടിൽ മേഞ്ഞുനടന്നു.

ഇത്രയേറെ പൈക്കളുള്ള നാട്ടിൽ കുഞ്ഞുങ്ങൾക്ക് കുടിക്കാൻ ഒരുതുള്ളി പാൽ കിട്ടാനില്ല എന്ന് പറഞ്ഞാൽ ആരെങ്കിലും വിശ്വസിക്കുമോ? ഇന്നാട്ടിൽ ആരുംതന്നെ പൈക്കളെ കെട്ടിയിട്ടു വളർത്തുകയോ പുല്ലും വൈക്കോലും വെള്ളവും കൊടുത്തു പരിപാലിക്കുകയോ ചെയ്യുന്നില്ല. പാൽ കറന്നെടുക്കാറുമില്ല. അരുണാചലിലെ ഗിരിവർഗ്ഗക്കാർക്കിടയിൽ ഇത്തരമൊരു സമ്പ്രദായം എങ്ങുമില്ല. പാലിന്റെ പോഷകഗുണങ്ങളെക്കുറിച്ചുള്ള അറിവില്ലായ്മയൊന്നുമല്ല, അധ്വാനിക്കാനുള്ള മടിതന്നെയാണ് കാരണം. പൈമ്പാൽ മുഴുവൻ പൈക്കുട്ടികൾക്കുള്ളതാണ്. തടയാൻ ആരുമില്ലാത്തതിനാൽ അവ യഥേഷ്ടം പാൽ കുടിച്ച് തുള്ളിത്തിമിർക്കുന്നു. തദ്ദേശീയർ മാർക്കറ്റിൽ സുലഭമായ അമുൽപാൽപ്പൊടിയും പാക്കറ്റ് പാലും ഉപയോഗിക്കുന്നു. ഇങ്ങനെയൊക്കെയാണെങ്കിലും കാടുകളിലൂടെയും നാട്ടിൻപുറങ്ങളിലും യാതൊരു ലക്ഷ്യവുമില്ലാതെ അലഞ്ഞുതിരിയുന്ന പശുക്കളെ അറുത്തുമുറിച്ച് മപ്പാസ് വച്ചുകഴിക്കാമെന്നോ കെട്ടിയിട്ട് പാൽ കറന്നെടുക്കാ

മെന്നോ ആരെങ്കിലും കരുതിയാൽ കാടന്മാരുടെ കത്തി മുതുക ത്തുവന്നുവീഴുമെന്ന കാര്യത്തിൽ സംശയം വേണ്ട. കാരണം ഓരോ കന്നും ഓരോരുത്തരുടെ സ്വന്തം സമ്പാദ്യമാണ്. വീടിനോട് ചേർന്ന് തൊഴുത്തുണ്ടാക്കി അതിൽ കെട്ടിയിട്ട് വളർത്താറില്ലെന്നു മാത്രം. കന്നുകാലികൾ യഥേഷ്ടം കാട്ടിലും മേട്ടിലും അലഞ്ഞു നടക്കും. അവയ്ക്ക് വിശപ്പടക്കാൻ വനാന്തരങ്ങളിൽ പച്ചപ്പുല്ലും ദാഹമടക്കാൻ കാട്ടരുവികളിലെ തെളിനീരുമുണ്ട്. അവ യഥേഷ്ടം മേഞ്ഞുനടക്കുന്നു. ഇണ ചേരുന്നു. കിടാങ്ങൾ ജനിക്കുന്നു.

ദിനം തോറുമുള്ള പരിചരണമില്ലെങ്കിലും ഇവിടുള്ളവർ ഇട യ്ക്കിടെ കാടുകയറി സ്വന്തം പൈക്കളെ സന്ദർശിക്കാറുണ്ട്. പശുക്കൾ പുതിയ കിടാങ്ങൾക്ക് ജന്മം കൊടുക്കുന്നതും തനിക്ക് മൊത്തം എത്ര പൈക്കളുണ്ട് എന്നതും ഓരോരുത്തർക്കും കൃ ത്യമായി അറിയാം. സ്വന്തം പശുക്കളെ തിരിച്ചറിയാൻ ഓരോരു ത്തർക്കും അവരുടേതായ അടയാളങ്ങളുണ്ട്. സൂക്ഷിച്ചു നോക്കി യാൽ കാണാം, പശുക്കളുടെയെല്ലാം ചെവികളിൽ പ്രത്യേക രീതി യിൽ മുറിച്ചതിന്റെ അടയാളങ്ങൾ. ചിലതിന്റെ കാതുകളിൽ വലുതും ചെറുതുമായ ചെമ്പുനാണയങ്ങൾ തുളച്ചിട്ടിരിക്കുന്നു. ഈ അട യാളങ്ങൾ നോക്കിയാണ് ഗോത്രവർഗ്ഗങ്ങൾ അവരുടെ ഗോസ മ്പത്ത് തിട്ടപ്പെടുത്തുന്നത്. 'സോളുങ്ങ്' പോലുള്ള വിശേഷ ദിവസങ്ങളിൽ, അറുത്ത് ഉണക്കി സൂക്ഷിച്ചുവയ്ക്കുന്ന മിഥുന്റെ ഇറച്ചി തീർന്നുപോകുമ്പോഴോ അല്ലെങ്കിൽ ഗോമാംസം രുചി ക്കാൻ കൊതി തോന്നുമ്പോഴോ അവർ കാടുകയറി സ്വന്തം പശു വിനെ തിരഞ്ഞുകണ്ടുപിടിച്ച് കശാപ്പുചെയ്ത് മാംസവുമായി ഗ്രാമത്തിലേക്ക് മടങ്ങും. കഴിച്ച് ബാക്കി വരുന്ന മാംസം ഉണക്കി സൂക്ഷിക്കും. വലിയ മാംസാഹാരപ്രിയരാണ് ഈ ഗിരിവർഗ്ഗക്കാർ.

അരുണാചലിൽ വന്നകാലത്ത് അലഞ്ഞുനടക്കുന്ന പൈക്ക ളെക്കണ്ട് വലിയ അതിശയം തോന്നിയിരുന്നു. അവയ്ക്കെല്ലാം അവകാശികളുണ്ടെന്ന് പിന്നീടാണ് അറിഞ്ഞത്. സ്വദേശികൾ പാൽ കറന്നെടുക്കാറില്ലെങ്കിലും അരുണാചലിൽ പലയിടങ്ങളിലും പാൽ ലഭ്യമാണ്. നേപ്പാളികളും യു.പി., ബീഹാർ എന്നിവിടങ്ങ ളിൽ നിന്നുള്ളവരിൽ പലരും സ്വന്തമായി പശുക്കളെ വളർത്താ റുണ്ട്. സ്വന്തം ക്ഷീരാവശ്യങ്ങൾക്ക് വേണ്ടിയാണത്. ഇവരുടെ ദൈനംദിന ഭക്ഷണത്തിൽ പാലും നെയ്യ്, തൈര് എന്നിവയും

ഒഴിച്ചുകൂടാൻ വയ്യാത്ത വിഭവങ്ങളാണ്. ഞങ്ങൾ വസിക്കുന്ന സ്ഥലത്ത് ഇങ്ങനെയൊരു സംവിധാനമില്ലാത്തതിനാൽ എന്റെ മൂന്നുമക്കളും പശുവിൻ പാൽ കുടിക്കാതെയാണ് വളർന്നത് എന്നൊരു അമ്മസങ്കടം എന്റെ മനസ്സിൽ എപ്പോഴുമുണ്ട്.

ചെറുപ്പത്തിൽ വീട്ടിൽ രണ്ട് പശുക്കളുണ്ടായിരുന്നു. അതിനാൽ ധാരാളം പാൽ കുടിച്ചാണ് ഞാൻ വളർന്നത്. (അതിന്റെ ഗുണം വല്ലതും കാണാനുണ്ടോ എന്ന് ചോദിച്ചാൽ, ഒട്ടുമില്ല.) ഇളംചുവപ്പ് നിറമുള്ള ഒരു സുന്ദരി പശുവായിരുന്നു ആദ്യമുണ്ടായിരുന്നത്. ശാന്തയും സത്സ്വഭാവിയുമായിരുന്ന അവൾ എല്ലാവരോടും ഇണങ്ങിയിരുന്നു. അവളുടെ വയറുനിറയ്ക്കാനാവശ്യമായ ഇളം പുല്ല് ശേഖരിക്കുന്നതിനായി അമ്മയോടൊപ്പം പതിവായി ഞാനും പോവാറുണ്ടായിരുന്നു. സുന്ദരിയെ സമയാസമയങ്ങളിൽ പുല്ലും വെള്ളവുമെല്ലാം കൊടുത്ത് പരിചരിക്കലായിരുന്നു അക്കാലത്ത് എന്റെ ഹോബി. ഞാൻ എന്നെത്തന്നെ കറ തീർന്നൊരു ഗോപാലികയായി കണക്കാക്കി. തോട്ടിറമ്പിലൂടെയും പാടവരമ്പത്തും റബർ തോട്ടത്തിലും നിന്ന് അമ്മ പുല്ല് ചെത്തിയെടുക്കുമ്പോൾ അമ്മയ്ക്ക് പിന്നാലെ തോട്ടിലെ മീനുകളോടും പാടവരമ്പിലെ പുൽച്ചെടികളോടും പറവകളോടും കിന്നാരം പറഞ്ഞ് ഞാനും നടന്നു. ആ സുന്ദരിപ്പശുവിനെക്കുറിച്ച് ഒരിക്കലും മറക്കാൻ കഴിയാത്ത ഒരോർമ്മയുണ്ട് ഞങ്ങൾക്കേവർക്കും.

രാവിലെ പുല്ലും വെള്ളവും കൊടുത്ത് പാൽ കറന്നെടുത്ത് വീട്ടിനു മുന്നിലുള്ള ഒരു കൂറ്റൻ കശുമാവിൻചുവട്ടിൽ സുന്ദരിയെ കെട്ടിയിടാറായിരുന്നു പതിവ്. പകൽ മുഴുവൻ നടന്നും കിടന്നും വല്ലതുമൊക്കെ കടിച്ചു പറിച്ചും അവൾ സമയം കഴിച്ചുകൂട്ടും. മാമ്പഴക്കാലമാണെങ്കിൽ കശുമാവിൽനിന്നും പൊഴിയുന്ന ഫലങ്ങൾ രുചിയോടെ കടിച്ചുതിന്നും. കശുവണ്ടി ഞങ്ങൾക്കായി മാറ്റിവയ്ക്കും. വൈകുന്നേരം വീണ്ടും പുല്ല്, വെള്ളം, വൈക്കോൽ, പാൽ, തൊഴുത്ത് എന്നിങ്ങനെയായിരുന്നു അവളുടെ ജീവിതചര്യ.

നല്ല ചൂടുള്ള ഒരു പകൽ. ഉച്ചകഴിഞ്ഞ് ഏകദേശം രണ്ടു മണിയായിക്കാണും. വീട്ടിലെല്ലാവരും ഉച്ചയൂണ് കഴിഞ്ഞുള്ള ചെറുമയക്കത്തിലാണ്. അപ്പോൾ കശുമാവിൻ ചുവട്ടിൽനിന്നും വലിയ കോലാഹലങ്ങൾ കേട്ടുതുടങ്ങി. പുറത്തുവന്നുനോക്കുമ്പോൾ സുന്ദരി ഭ്രാന്ത് പിടിച്ചതുപോലെ കിടന്നമറുന്നു. മരത്തിന് ചുറ്റും

വട്ടം കറങ്ങുന്നു. കഴുത്തിലെ കയറിന്റെ നീളം കുറയുമ്പോൾ വീണ്ടും തിരിച്ചു കറങ്ങുന്നു.. അവളെ ആശ്വസിപ്പിക്കാൻ ഞങ്ങൾ ആവുന്നത് ശ്രമിച്ചെങ്കിലും എല്ലാം പാഴായതേയുള്ളു. അമറലും ചീറ്റലും ബഹളവും കൂടിക്കൂടിവന്നു. ഒടുവിൽ നിവൃത്തിയില്ലാതെ അമ്മ സുന്ദരിയുടെ കെട്ടഴിച്ചു. സ്വതന്ത്രയായപാടെ മുന്നും പിന്നും നോക്കാതെ പാഞ്ഞുചെന്ന് സ്വന്തം തൊഴുത്തിൽ കയറി ഒന്നും സംഭവിക്കാത്തതുപോലെ അവൾ ശാന്തയായി നിന്നു. എന്താണ് സംഭവിച്ചത് എന്നറിയാനുള്ള ആകാംഷയിൽ അപ്പച്ചൻ കശു മാവിൻ ചുവട്ടിലും പരിസരത്തും സൂക്ഷ്മനിരീക്ഷണം നടത്തിയെ ങ്കിലും അസ്വഭാവികമായി യാതൊന്നും കണ്ടില്ല. സുന്ദരിയാണെ ങ്കിൽ ഞാനൊന്നുമറിഞ്ഞില്ലേ എന്ന മട്ടിൽ പരമസാധുവായി തൊഴുത്തിൽ കിടന്ന് അയവിറക്കുന്നു. ഏതാണ്ട് അരമണി ക്കൂർ കഴിഞ്ഞു കാണും. മാനം പൊടുന്നനെ കറുത്തിരുണ്ടു. ശക്ത മായ കാറ്റും ഇടിമിന്നലും ആരംഭിച്ചു. ഒപ്പം നല്ല മഴയും. കുറേക്ക ഴിഞ്ഞ് കാറ്റും മഴയും ശമിച്ചു. പക്ഷേ അതിനോടകം വർഷങ്ങൾ പഴക്കമുള്ള ആ പടുകൂറ്റൻ കശുമാവ് കടപുഴകി നിലം പതിച്ചി രുന്നു.

അവിശ്വസനീയമായ കാര്യങ്ങൾ സ്വന്തം ചുറ്റുപാടിൽ സംഭ വിക്കുമ്പോഴാണ് നാം കൂടുതൽ ജാഗരൂഗരാകുന്നത്. സുന്ദരി ആക്രമാസക്തയായതിന്റെ കാരണം ഞങ്ങൾക്ക് മനസ്സിലായത് ആ പെരുമഴക്ക് ശേഷമാണ്. കേട്ടവർ കേട്ടവർ അത്ഭുതപരതന്ത്ര രായി. എന്നാൽ ആ സംഭവത്തിന്റെ യുക്തി മനസ്സിലാക്കുവാൻ അന്നെനിക്ക് കഴിഞ്ഞില്ല. വർഷങ്ങൾക്കുശേഷം എട്ടാം ക്ലാസ്സിലെ ഇംഗ്ലീഷ് പാഠപുസ്തകത്തിൽ 2004 ൽ സംഭവിച്ച സുനാമിയെ കു റിച്ച് പഠിപ്പിക്കുന്ന സമയത്ത് ഈ സംഭവം എനിക്ക് ഓർമ്മ വന്നു. ഏതാണ്ട് ഒന്നര ലക്ഷം മനുഷ്യരുടെ ജീവനെടുത്ത ആ ദുരന്തത്തിൽ പ്രാണഹാരിയായ തിരമാലകൾ തീരം തൊടുന്നതിന് മുൻപായി മൃഗങ്ങളും വളർത്തുനായ്ക്കളും പക്ഷികളും ആനകൾ പോലും സുര ക്ഷിതമായ ഇടം തേടി പരിഭ്രാന്തിയോടെ ഓടിയൊളിച്ചതായി പറ യപ്പെടുന്നു. മാത്രമല്ല, ആ ദുരന്തത്തിൽ ജീവൻ നഷ്ടമായത് വിര ലിലെണ്ണാവുന്ന ചില നാൽക്കാലികൾക്കു മാത്രമായിരുന്നു. രണ്ടു കാരണങ്ങളാണ് ഇതിന്റെ അടിസ്ഥാനമായി വിദഗ്ദർ ചൂണ്ടി ക്കാട്ടുന്നത്. ഒന്ന്: മൃഗങ്ങൾക്ക് ഒരു ആറാം ഇന്ദ്രിയം സ്വായത്ത

മാണ് എന്നുള്ളതാണ്. അതിനാൽ ആസന്നമായ പ്രകൃതിക്ഷോഭങ്ങളെക്കുറിച്ച് അവയ്ക്ക് മുന്നറിയിപ്പ് കിട്ടുന്നു.

രണ്ട്: മൃഗങ്ങൾക്ക് ജന്മനാ സ്വായത്തമായിട്ടുള്ള അതിതീവ്രമായ കേൾവിശക്തി പ്രകൃതിഷോഭങ്ങൾക്ക് മുന്നോടിയായി ഭൂമിക്കുണ്ടാകാവുന്ന ഏറ്റവും നേർത്ത കമ്പനംപോലും തിരിച്ചറിയാൻ സഹായിക്കുന്നു എന്നതാണ്. അതുമൂലം ആസന്നമായ വിപത്തിനെക്കുറിച്ചുള്ള മുന്നറിയിപ്പ് അവയ്ക്ക് ലഭിക്കുകയും അതിൽ നിന്നും രക്ഷപ്പെടാനുള്ള മുൻകരുതലുകൾ കൈക്കൊള്ളാൻ സാധിക്കുകയും ചെയ്യുന്നു. കുട്ടികൾക്ക് അതിനെക്കുറിച്ച് വിശദമാക്കി കൊടുക്കവേ ഞാൻ സുന്ദരിയെക്കുറിച്ചോർത്തു. കുട്ടികളോട് ആ സംഭവം വിവരിച്ചു. അത്ഭുതത്തോടെ അവരത് കേട്ടിരുന്നു. ഞാനപ്പോൾ ആലോചിക്കുകയായിരുന്നു: ഇപ്പറഞ്ഞ കാര്യങ്ങളിൽ ഏതായിരുന്നിരുന്നിരിക്കും അന്ന് സുന്ദരിയെ രക്ഷിച്ചിട്ടുണ്ടാവുക?

തോർന്ന മഴ വീണ്ടും പെയ്യാൻ തുടങ്ങിയിരിക്കുന്നു. അവിടവിടെ കൂട്ടംകൂടിനിന്ന ഗോക്കൾ ഒന്നിനുപിറകെ ഒന്നായി മൈതാനം മുറിച്ചുകടന്ന് അടുത്ത യാത്രക്കൊരുങ്ങുകയായിരുന്നു.

●

21. മരണമില്ലാത്ത കാലുകൾ

ഒരു ദിവസം സുന്ദരിക്കായി പുല്ലു ചെത്താൻപോയ അമ്മയുടെ കൈയിൽനിന്ന് അബദ്ധത്തിൽ അരിവാൾ താഴെവീണു. നിർഭാഗ്യമെന്നു പറയട്ടെ, വീണത് ഇടതുകാലിന്റെ പിൻഭാഗത്തേക്കായിരുന്നു. കുതികാൽ ഞരമ്പ് മുറിഞ്ഞ് നിലക്കാത്ത രക്തവാർച്ചയും അതിനെത്തുടർന്നുണ്ടായ വേദനയും ബുദ്ധിമുട്ടുകളുമായി അമ്മ ആശുപത്രിയിലും ശേഷം വീട്ടിലും കിടപ്പിലായി. സുന്ദരിയെ പരിചരിക്കാൻ ആളില്ലാതെ വന്നപ്പോൾ അപ്പച്ചൻ അവളെ മറ്റൊരാൾക്ക് വിറ്റു. സങ്കടത്തോടും വിമുഖതയോടും കൂടിയാണ് അവൾ പടിയിറങ്ങിപ്പോയത്. ആ കാഴ്ച നോക്കിനിന്ന ഞങ്ങളുടെ അവസ്ഥയും അതുതന്നെയായിരുന്നു.

സുന്ദരി പോയതിനുശേഷം വീട്ടിൽ നിന്നും അല്പം അകലെയുള്ള ഒരു വീട്ടിൽ നിന്ന് പാൽ വാങ്ങി കൊണ്ടുവരിക എന്ന കർത്തവ്യം എന്റെ തലയിൽ വന്നു വീണു. കുടുംബത്തിലെ ചെറിയ കുട്ടിയായി ജനിച്ചാലുള്ള ഗതികേട്..! ചേച്ചി അന്ന് കർണ്ണാടകത്തിൽ പഠിക്കുകയാണ്. ഏട്ടനാണെങ്കിൽ വല്യകുട്ടി ചമഞ്ഞ് നടക്കുകയും. അതിനാൽ അത്യാവശ്യങ്ങൾക്ക് അങ്ങോട്ടുമിങ്ങോട്ടും ഓടേണ്ട ചുമതല എപ്പോഴും എനിക്കുതന്നെയായിരുന്നു. അങ്ങനെ വൈകുന്നേരം സ്കൂൾ വിട്ടുവന്നു കഴിഞ്ഞു ഒരു തൂക്കുപാത്രവുമായി ഞാൻ പാൽ വാങ്ങാൻ പോയിത്തുടങ്ങി. പോക്ക് വളരെ രസകരമായിരുന്നു. വഴിമധ്യേ കാണുന്ന കാഴ്ചകളോടൊക്കെ കിന്നാരം ചൊല്ലി കൈയിലുള്ള പാത്രം താളത്തിൽ അങ്ങാട്ടുമിങ്ങോട്ടും ആട്ടി, ചായുന്ന വെയിലിന്റെ ചന്തവും ആസ്വദിച്ചുള്ള യാത്ര. ഉമ്മറുകാക്കയുടെ വീട്ടുമുറ്റത്തുകൂടി മുന്നിലുള്ള വയൽവരമ്പ് കടന്ന് ഇടവഴിയിലൂടെ നീലിയുടേയും മാനുക്കാക്കയുടെയും ആറുമുഖേട്ടന്റെയും വീടുകൾക്ക് മുന്നിലുള്ള ഇടവഴിയിലൂടെ കുറച്ചുനടന്നാൽ കോണുമുണ്ട സ്കൂളിലേക്ക് തിരിയുന്ന വളവിലെത്തും. അവിടെയാണ് അസീസ് കാക്കയുടെ വീട്. അവിടെ നിന്നാണ് പാൽ

വാങ്ങിയിരുന്നത്. വഴിയോരത്തുള്ള വേലിപ്പടർപ്പുകളിൽനിന്നും മധുരമുള്ള കൊങ്ങിണിക്കായകൾ അടർത്തി വായിലിട്ടും, കാളപ്പൂക്കൾ പറിച്ച് ബലൂൺ പോലെ വീർപ്പിച്ചും, മഞ്ഞക്കോളാമ്പി പൂക്കൾ ഇറുത്തുവാസനിച്ചും, തുമ്പികളെ പിടിച്ചും വീണ്ടും ഉയരെ മാനത്തേക്ക് പറത്തിവിട്ടും, വഴിയിലെ പഞ്ചാരമണൽ കാലുകൊണ്ട് അലസമായി തട്ടിത്തെറിപ്പിച്ചുമുള്ള ആ യാത്ര ഇന്നും മനോഹരമായ സ്മരണകൾ ഉള്ളിൽ ഉണർത്താറുണ്ട്. എന്നുവച്ച് തീരെ പതുക്കെയാണ് നടത്തം എന്ന് വിചാരിക്കരുത്. വൈകിയാൽ അമ്മ വഴക്കുപറയുമെന്നതിനാൽ ഇമ്മാതിരി വിക്രിയകളൊക്കെ കാട്ടിക്കൂട്ടുമ്പോഴും വേഗത്തിലാണ് നടത്തം. യാത്രയൊക്കെ വളരെ രസകരമാണ്. അങ്ങനെ അസിക്കാക്കയുടെ വീട്ടിലെത്തുന്നു. അവിടെയാണ് പ്രശ്നങ്ങൾ തുടങ്ങുന്നത്.

വൈകുന്നേരങ്ങളിൽ സ്കൂൾ വിട്ടുവന്നതിനു ശേഷമാണല്ലോ ഞാൻ പാല് വാങ്ങാൻ പോകുന്നത്. ആ സമയം വീട്ടുടമസ്ഥനും ഭാര്യയും മക്കളും കൂടി വയലിൽ പോയിട്ടുണ്ടാവും. കുറച്ചപ്പുറത്ത് പാടത്ത് അവർക്ക് പച്ചക്കറി കൃഷിയുണ്ട്. അവിടെ പച്ചക്കറികൾക്ക് വെള്ളം നനയ്ക്കാൻ പോവുന്നതാണ്. പോകും മുമ്പ് പാൽ ഒരു പാത്രത്തിലാക്കി വീടിന്റെ അരഭിത്തിയുടെ മുകളിൽ വച്ചിരിക്കും. അതെടുത്ത് മറ്റൊരു പാത്രം പകരം വച്ച് ഞാൻ തിരിച്ചുപോരും. ഇടക്ക് ഒന്നുരണ്ടുതവണ പാൽ, പാത്രത്തോടുകൂടി പൂച്ച തട്ടിമറിച്ചു കളഞ്ഞു. അതിനുശേഷം വീടിന്റെ ഇറയത്ത് തൂക്കിയിട്ടിരുന്ന മുളംകമ്പിന്റെ അറ്റത്ത് പാൽ പാത്രം തൂക്കിയിടാൻ തുടങ്ങി. ഞാൻ അരഭിത്തിയിൽ ഉരുണ്ടു പിരണ്ടുകയറി പാൽ പാത്രമെടുത്ത് പകരം പാത്രം വച്ച് താഴെയിറങ്ങും. ഇതായിരുന്നു പതിവ്.

അക്കാലത്ത് ആ വീട്ടിൽ കിടപ്പുരോഗിയായ ഒരു വല്യുമ്മയുണ്ട്. ചായ്പിലാണ് അവരെ കിടത്തിയിരുന്നത്. കട്ടിലും മറ്റുമില്ല. ചാണകം മെഴുകിയ തറയിൽ വിരിച്ചിട്ട പുൽപ്പായിലായിരുന്നു അവരുടെ കിടത്തം. ചായ്പിന് വാതിൽപ്പാളികൾ ഉണ്ടായിരുന്നില്ല. അതിനാൽ ശുഷ്ക്കിച്ചുണങ്ങിയ രണ്ടു കാലുകൾ തുറസ്സായ വാതിലിന് നേർക്ക് എല്ലായ്പ്പോഴും നീണ്ടുകിടന്നു. ഈ കാഴ്ച കണ്ടുകൊണ്ടാണ് എന്നും ഞാൻ പാലെടുത്തു തിരിച്ചുപോയിക്കൊണ്ടിരുന്നത്. ഒരിക്കൽപോലും മുറിയുടെ വാതിൽക്കൽ ചെന്ന് വല്യുമ്മയെ ഒന്ന് മുഴുവനായി കാണാൻ ഞാൻ ആഗ്ര

ഹിച്ചില്ല. അകാരണമായ ഒരു ഭയം എല്ലായ്പ്പോഴും എന്നെ അതിൽ നിന്നും പിന്തിരിപ്പിച്ചു. വെളുത്തുമെലിഞ്ഞ ആ കാലുകളുടെ കാഴ്ച നിത്യവും ഞാൻ കണ്ടു. എന്നാൽ ആ ശരീരമോ മുഖമോ ഒരിക്കലും കണ്ടില്ല. വാർദ്ധക്യത്തിന്റെ അവശതയും ദൈന്യതയും നിറഞ്ഞ അവരുടെ മുഖം പലവട്ടം മനസ്സിൽ കാണാൻ ശ്രമിച്ചിരുന്നുവെങ്കിലും..

അങ്ങനെയിരിക്കേ ഒരു ദിവസം ആ വല്യുമ്മ മരിച്ചു. മൂന്നോ നാലോ ദിവസത്തേക്ക് പാൽ വാങ്ങാൻ പോകേണ്ടിയിരുന്നില്ല. നാലഞ്ചുനാളുകൾക്ക് ശേഷം വീണ്ടും എന്റെ ഊഴമെത്തി. പോകാൻ ഒട്ടും മനസ്സില്ലായിരുന്നിട്ടും അമ്മയെന്നെ ഉന്തിത്തള്ളി പറഞ്ഞുവിട്ടു. വഴിയിൽ പറക്കുന്ന ശലഭങ്ങളും ചിരിക്കുന്ന പൂക്കളുമുണ്ടായിരുന്നു. പാതയുടെ ഇരുവശത്തും വളർന്നുനിന്ന മൈലാഞ്ചിച്ചെടികൾ ഇളംകാറ്റിൽ ശിരസ്സിളക്കി എന്നെ നോക്കിച്ചിരിച്ചുവെങ്കിലും അവയൊന്നും മ്ലാനവദനയായി നടന്നിരുന്ന എന്റെ കണ്ണിൽപ്പെട്ടില്ല. ഏറെ ഭയത്തോടും പരിഭ്രമത്തോടും കൂടി ഞാൻ ആ വീട്ടിലെത്തി. പ്രതീക്ഷിച്ചിരുന്നതുപോലെത്തന്നെ അവിടെയാരും ഉണ്ടായിരുന്നില്ല. എല്ലാം പഴയതുപോലെയുണ്ടായിരുന്നു. തുറസ്സായ മുറികളും ഇളംതിണ്ടും ഇറയത്തു തൂക്കിയിട്ടിരുന്ന പരമ്പുകളും പാൽപ്പാത്രവും എല്ലാം. ശുഷ്കിച്ച രണ്ടു കാലുകളൊഴികെ. ചായ്പുമുറി ശൂന്യമായിരുന്നു. പതറിയോടാൻ ശ്രമിക്കുന്ന മനസ്സിനെ നിലക്കുനിർത്താൻ പണിപ്പെട്ടുകൊണ്ട് ഒരു വിധത്തിൽ പാൽപ്പാത്രമെടുത്തു ഞാൻ പിന്തിരിഞ്ഞു. ഭൗതികാർത്ഥത്തിൽ ആ കാലുകൾ അവിടെയുണ്ടായിരുന്നില്ല. എന്നാൽ തെളിമയോടെ എന്റെ മിഴികൾക്കു മുന്നിലുണ്ടായിരുന്നു. കടുംപച്ചക്കരയുള്ള കാച്ചിമുണ്ടിന്റെ തുമ്പിനപ്പുറം വെളുത്തു ദുർബലമായ രണ്ടുകാലുകൾ...! എത്രയെത്ര രാവുകളിൽ ആ മായക്കാഴ്ച എന്റെ ഉറക്കം തട്ടിത്തെറിപ്പിച്ചു. കുറച്ചുനാളുകൾ കഴിഞ്ഞപ്പോൾ അവിടുത്തെ പശുവിന്റെ കറവ വറ്റി. എന്റെ ഭാഗ്യം..! ഓർമ്മകളിൽ മരണമില്ലാതെ തുടർന്ന ആ കാലുകളെ ഉപേക്ഷിച്ച് പാൽ തേടി ഞാൻ മറ്റൊരു വീട്ടിലേക്ക്...

●

22. കണ്ണീർപ്പൂക്കൾ

ഒരു ദിവസം ആറാം ക്ലാസ്സിലേക്ക് കയറിച്ചെല്ലുമ്പോൾ പിൻബെഞ്ചിനടുത്ത് കുറച്ചു കുട്ടികൾ കൂടിനിൽക്കുന്നു. എന്നെക്കണ്ടതോടുകൂടി എല്ലാവരും സ്വസ്ഥാനങ്ങളിലേക്ക് മടങ്ങി. പിൻബെഞ്ചിലിരിക്കുന്ന ഒരു പയ്യൻ മാത്രം എഴുന്നേൽക്കാതെ ഡെസ്ക്കിലേക്ക് തലചായ്ച്ചിരിക്കുന്നു.

എന്റെ ടീച്ചർരക്തം തിളച്ചു. അമ്പടാ..! എന്നെ കണ്ടിട്ടും എഴുന്നേൽക്കാതിരിക്കുന്നോ .?

''വാട്ട് ഹാപ്പൻഡ്?'' ഞാൻ അലറി..

''മാം ഹി ഈസ് നോട്ട് വെൽ.'' കുട്ടികൾ പറഞ്ഞു.

''ഹിസ് ഇയർ ഈസ് ബ്ലീഡിങ്ങ്.''

ഞാനല്പം അയഞ്ഞു. അടുത്തു ചെന്ന് നോക്കിയപ്പോൾ ശരിയാണ്. വലതുചെവിയിൽ നിന്നും രക്തമൊലിക്കുന്നുണ്ട്. അത് തടയാനായി കടലാസ് ചുരുട്ടി ചെവിക്കുള്ളിൽ തിരുകി വച്ചിരിക്കുന്നു.

''വൈ പേപ്പർ?'' ഞാൻ അനുകമ്പയോടെ ശാസിച്ചു. ഒരു കുട്ടിയെ ഓഫീസിലേക്ക് പറഞ്ഞുവിട്ട് പഞ്ഞിയെടുപ്പിച്ച് ചെവി വൃത്തിയാക്കി അല്പം ചെവിക്കുള്ളിൽ വച്ചുകൊടുത്തു. വീട്ടിൽ ചെന്ന് അച്ഛനോട് വിവരം പറയണം എന്നും ഡോക്ടറെ കാണണമെന്നും ഉപദേശിച്ചു. പിന്നെ ആ കുട്ടി സ്കൂളിൽ വന്നതേയില്ല. ഇടക്കുവച്ച് പഠിത്തം നിർത്തിപ്പോവുന്നത് ഇവിടെ കുട്ടികൾക്കിടയിൽ പതിവാണ്. എങ്കിലും കമലിന്റെ കാര്യത്തിൽ ഒരു വല്ലായ്ക തോന്നി. അന്വേഷിച്ചപ്പോഴാണറിഞ്ഞത്, അവന് തീരെ സുഖമില്ല. ആസ്സാമിലെ ഡിബ്രുഗഡ് ആശുപത്രിയിൽ ചികിത്സയിലാണ്.

കുറച്ചുനാളുകൾ കഴിഞ്ഞു. ഒരു ദിവസം എലോങ്ങിൽ പോയി മടങ്ങിവരുംവഴി തരാക് വില്ലേജിലേക്ക് തിരിയുന്നിടത്ത് ചെറിയൊരാൾക്കൂട്ടം. കമലിന്റെ ഗ്രാമമാണത്. വണ്ടി നിർത്തി വിവരം അന്വേഷിച്ചപ്പോഴാണറിഞ്ഞത്.

കമൽ മരിച്ചുപോയി, ക്യാൻസറായിരുന്നു.

നാട്ടുവൈദ്യങ്ങൾക്കും ഏറെ പൂജകൾക്കും ശേഷം രക്ഷയില്ലെന്ന് കണ്ടപ്പോഴാണ് ആശുപത്രിയിലെത്തിച്ചത്. വളരെ വൈകിപ്പോയിരുന്നു. ഒരുപാട് ചികിത്സകൾ ചെയ്തു. പക്ഷെ രക്ഷപെട്ടില്ല. റോഡരികിലായി, മുളംകാടിനുള്ളിൽ ഒരു ചെറുമൺകൂന കാണാമായിരുന്നു. ഗോത്രവർഗ്ഗക്കാരുടെ ആചാരമനുസ്സരിച്ച് മരണപ്പെട്ട കുട്ടി ഉപയോഗിച്ചിരുന്ന എല്ലാ വസ്തുക്കളും ആ മൺകൂനയ്ക്കരികിൽ നിരത്തിവച്ചിരുന്നു. അക്കൂട്ടത്തിൽ അവന്റെ സ്കൂൾ ബാഗ് കാണാമായിരുന്നു. അതിൽ അവൻ വായിച്ച പുസ്തകങ്ങളുണ്ട്. അവനെഴുതിയ നോട്ടുകളുണ്ട്. അവൻ കണ്ട സ്വപ്നങ്ങളുണ്ട്....!

പിറ്റേന്ന് ഞങ്ങൾ കമലിന്റെ വീട്ടിൽ പോയി. മുളകൊണ്ടു നിർമ്മിച്ച ആ കൊച്ചുവീടിന്റെ ഉമ്മറത്ത് കമലിന്റെ അമ്മ തളർന്നു കിടന്നിരുന്നു. ഞങ്ങളെ കണ്ടപ്പോൾ അവർ പൊട്ടിക്കരഞ്ഞു.

''കമൽ, ഇതാ നിന്റെ സാറും ടീച്ചറും വന്നിരിക്കുന്നു. ആദ്യമായിട്ട് വരികയാ. നിന്നെക്കാണാൻ. നീ എവിടെയാ.?'' അവർ സ്വന്തം ഭാഷയിൽ പതം പറഞ്ഞുകരഞ്ഞുകൊണ്ടിരുന്നു. മകനെ നഷ്ടപ്പെട്ട ആ അമ്മയുടെ ദുഃഖം കണ്ടുനിൽക്കാനാവുമായിരുന്നില്ല.

അവരെ നോക്കിയിരിക്കെ, എനിക്ക് ശാന്തേടത്തിയെ ഓർമ്മ വന്നു. എന്റെ വീടിനപ്പുറം വയലിനക്കരെയായിരുന്നു അവർ താമസിച്ചിരുന്നത്. ശാന്തേച്ചിക്കും അജയേട്ടനും രണ്ടാൺമക്കളായിരുന്നു. അപ്രതീക്ഷിതമായി മൂത്ത കുട്ടി രോഗിയായിത്തീർന്നു. ക്യാൻസർ! ധാരാളം ചികിത്സകൾ ചെയ്തു. നേർച്ചകാഴ്ചകൾ നടത്തി. ഒന്നിനും ആ കുട്ടിയുടെ ജീവൻ രക്ഷിക്കാനായില്ല. ജാതിമതഭേദമെന്യേ ഒരു നാട് മുഴുവൻ ആ കുട്ടിക്കായി പ്രാർത്ഥിച്ചു. വൈകുന്നേരങ്ങളിൽ അവരുടെ വീട്ടിൽ പ്രാർത്ഥനായോഗങ്ങൾ ചേർന്നു. ഹിന്ദുക്കളും മുസ്ലീങ്ങളും ക്രിസ്ത്യാനികളും പ്രാർത്ഥനയിൽ പങ്കെടുത്തിരുന്നു. ചില ദിവസങ്ങളിൽ അമ്മയ്

ക്കൊപ്പം ഞാനും പോയി. ആ കുട്ടിയുടെ കിടക്കയ്ക്ക് ചുറ്റും വിരിച്ചിട്ട പുൽപ്പായകളിലിരുന്ന് നിറകണ്ണുകളോടെ ഏവരും മൗനമായി പ്രാർത്ഥിച്ചു. താന്താങ്ങളുടെ ദേവാലയങ്ങളിലും അമ്പലങ്ങളിലും പള്ളികളിലും നിന്ന് കൊണ്ടുവന്ന വിശുദ്ധ വസ്തുക്കളും തൈലങ്ങളും ആ കിടക്കക്ക് ചുറ്റും നിരത്തി വച്ചു. ആ വീട്ടിലുള്ളവരുടെ അവസ്ഥ പരമദയനീയമായിരുന്നു. അജയേട്ടൻ മുറിയുടെ കോണിൽ തളർന്നിരുന്നു. കുളിക്കാതെ,

വസ്ത്രം മാറാതെ, സമയത്ത് ഭക്ഷണവും ഉറക്കവുമില്ലാതെ, പീളകെട്ടിയ കണ്ണുകളുമായി, മരണാസന്നനായ മകന്റെ കിടക്കയ്ക്കരികിലിരുന്ന് ശാന്തേടത്തി വാവിട്ടു നിലവിളിച്ചു. പ്രാർത്ഥനകളെല്ലാം വിഫലമാക്കിക്കൊണ്ട് ആ കുഞ്ഞ് പോയി. പിന്നീട് അവരുടെ വീടിന് മുന്നിലൂടെ കടന്നുപോകുമ്പോഴെല്ലാം ഒരു കൊച്ചു ശവകുടീരവും ആ അമ്മയുടെ നൊമ്പരവും എന്റെ മനസ്സിനെ കുത്തിനോവിച്ചിരുന്നു..

ഇതുപോലെ എത്രയെത്ര കുഞ്ഞുങ്ങൾ.. എത്ര അമ്മമാർ.. ഒരുപാട് പേർക്ക് ആനന്ദവും പ്രതീക്ഷയുമേകി ഭൂമിയിലേക്ക് വന്നെത്തുന്നവർ. തനിക്ക് ഏറ്റവും പ്രിയപ്പെട്ടവരാകയാൽ ഈശ്വരൻ അവരെ പെട്ടെന്ന് മടക്കിവിളിക്കുന്നു. പ്രിയ കുഞ്ഞുങ്ങളേ, നിങ്ങളുടെ ഓർമ്മകൾക്ക് മരണമില്ല. നിങ്ങൾക്ക് പ്രായമാവുകയില്ല. വാർദ്ധക്യത്തിന്റെ ചുക്കിച്ചുളിവുകൾ നിങ്ങളെ ബാധിക്കുകയുമില്ല. വരമായി ലഭിക്കുന്ന ഒരേയൊരു ജന്മം ജീവിച്ചുതീർക്കാൻ ഭാഗ്യമില്ലാതെ ഭൂമിവിട്ടുപോകുന്ന കുരുന്നുകളേ, നിങ്ങളുടെ ഓർമ്മകൾക്ക് മുന്നിൽ ഞങ്ങളെന്താണ് സമർപ്പിക്കുക..?

ഒരു പിടി കണ്ണീർപ്പൂക്കളല്ലാതെ....

●

23. ഇലപ്പെയ്ത്തുകൾ

മഴക്കാലം..!

പേരാങ് കുന്നുകളിൽ മഴ പെയ്യുന്നത് നോക്കിയിരിക്കാൻ ബഹുരസമാണ്. പെരുമഴയുടെ തഴപ്പിൽ പച്ചച്ചേല വാരിപ്പുതച്ച മലനിരകൾ. മുളംകാടിന്റെ ചൂളംവിളിയും കേട്ട് മയങ്ങി ഉണരുന്ന താഴ്വാരങ്ങൾ. കൃഷിക്കൊരുങ്ങുന്ന പാടശേഖരങ്ങൾ. മഞ്ഞിൻ പുതപ്പിനുള്ളിൽ ആലസ്യംപൂണ്ട വയസ്സൻ ഓക്ക് മരങ്ങൾ. പച്ചപ്പരവതാനി വിരിച്ച കളിയിടങ്ങൾ.. കണ്ടുകണ്ടിരിക്കാൻ തോന്നുന്ന മനോഹരകാഴ്ചകൾ..

മഴ പെയ്തു തോരുമ്പോളാണ് പ്രകൃതി കൂടുതൽ സുന്ദരിയായി മാറുന്നതെന്ന് പലപ്പോഴും തോന്നാറുണ്ട്. പുതുമഴയിൽ വെള്ളം ഉയർന്ന തോട്ടിൽ കുളിച്ചു തോർത്തി, കൈത്തണ്ടയിൽ ഞാത്തിയിട്ട ഈറൻ തുണികളുമായി പാടവരമ്പത്തുകൂടി നടന്നുവരുന്ന ഒരു നാടൻ പാവാടക്കാരി പെണ്ണിന്റെ സ്മരണകളുണർത്തുന്നു ഈ കാഴ്ചകൾ...

ഒരു ചാറ്റൽമഴക്ക് പോലും പച്ചക്കുന്നുകളെ ഇത്ര സുന്ദരിയാക്കാൻ കഴിയുമെന്നോ..? പെരുമഴയാണെങ്കിൽ പിന്നെ പറയുകയും വേണ്ട. എത്ര പെട്ടെന്നാണ് സിയാങ് നദിയിൽ (ബ്രഹ്മപുത്ര) നിന്നുള്ള കോട ഉയർന്ന് കുന്നുകളെയും സകല കാഴ്ചകളെയും മറച്ചുകളയുന്നത്.. കുന്നുകളും താഴ്വരകളും മുളംകാടുകളും എല്ലാം വെളുത്ത മഞ്ഞിന്റെ പുകമറയ്ക്കുള്ളിൽ. പതിയെ, തെളിഞ്ഞും മറഞ്ഞും അങ്ങനെയങ്ങനെ. മെല്ലെ മെല്ലെ മുഖപടം തെല്ലൊതുക്കി, ഒളികണ്ണിട്ടു നോക്കുന്ന ഒരു അപ്സരസുന്ദരിയെപ്പോലെ.

കഴിഞ്ഞ ദിവസം ജോലികളെല്ലാം തീർത്ത് ഞാൻ എന്റെ പതിവ് പണിക്കിറങ്ങി.. പണി മറ്റൊന്നുമല്ല, മഴയും നോക്കിയി

രിക്കലാണ്. മേൽക്കൂരയിലെ ടിൻഷീറ്റിൽ നിന്നും വിറച്ചുവിറച്ചു താഴേക്കു പതിക്കുന്ന മഴനൂലുകൾ നോക്കി ചില മഴ വരികൾ മനസ്സിൽ മെനയാൻ ശ്രമിക്കുമ്പോൾ ചുമലിൽ ഒരു തണുത്ത സ്പർശം..

''എന്താണ് പണി?''

ഞാൻ ദൂരെ പേരാങ്ങിലേക്കു ചൂണ്ടിക്കാണിച്ചു.. കോടമഞ്ഞ് മൂടിയ മലനിരകൾ.. മഞ്ഞും മഴയുമൊന്നും ആ കണ്ണിൽ പെട്ടിട്ടുണ്ടാവില്ല എന്നെനിക്കുറപ്പുണ്ട്. പകരം 'ആഹാ..! നല്ല മരങ്ങൾ രണ്ടെണ്ണം കിട്ടിയാൽ ഓഡിറ്റോറിയത്തിന്റെ പണി ഠപ്പേന്ന് തീർക്കാം' എന്നാവും മനസ്സിൽ കരുതിയിട്ടുണ്ടാവുക. എനിക്ക് ചിരി വന്നു.

''എന്തിനാ ചിരിച്ചത്..?''

ഒന്നുമില്ലെന്ന് ഞാൻ ചുമൽ കൂച്ചി.

എന്നും എപ്പോഴും തിരക്കുള്ള ആൾ. സ്കൂളും കുട്ടികളും ഓഫീസും ഒക്കെയാണ് ആ ജീവിതത്തിന്റെ മുക്കാൽ പങ്കും അപഹരിക്കുന്നത്. ആ തിരക്കിൽ പ്രകൃതിഭംഗി ആസ്വദിക്കാനൊന്നും സമയം കിട്ടാറില്ല. അതിന് മിനക്കെടാറുമില്ല. ഓരോന്ന് സംസാരിച്ചു ഞങ്ങൾ അല്പനേരം ഇരുന്നു. മേൽക്കൂരയിലെ പഴയ ടിൻ ഷീറ്റുകളിൽ കാലപഴക്കം ധാരാളം തുളകൾ തീർത്തിരുന്നു. അതിലൂടെ മഴനൂലുകൾ ധാരാളിത്തത്തോടെ ഞങ്ങൾക്ക് ചുറ്റും ജലധാര നടത്തുന്നുണ്ടായിരുന്നു. അദ്ദേഹം അതിശയത്തോടെ എന്നെ നോക്കി. ഈ മഴയത്തിരുന്നാണോ മഴ കാണുന്നത്..?

അല്ലാതെവിടിരിക്കാൻ..?

മറുനാട്ടിലുള്ള പരിമിതമായ സൗകര്യങ്ങളോടും സാഹചര്യങ്ങളോടും എന്നേ പൊരുത്തപെട്ടുകഴിഞ്ഞിരിക്കുന്നു എന്ന് ഞാൻ വെറുതെ ചിരിച്ചു.

വലിയ തട്ടും മുട്ടും കേട്ടുകൊണ്ടാണ് അടുത്ത ദിവസം ഉണർന്നത്. നോക്കുമ്പോൾ കിടക്കയിൽ ആളെ കാണാനില്ല. പുറത്തിറങ്ങി നോക്കിയപ്പോൾ അത്ഭുതപ്പെട്ടുപോയി. ചുറ്റിക, ആണി, മരപ്പലക തുടങ്ങിയ സാധന സാമഗ്രികളുമായി രാവിലെ പണി തുടങ്ങിയിരിക്കുന്നു മൂപ്പർ. പണി എന്താണെന്നല്ലേ, പറയാം..

ഇവിടെ, അരുണാചലിലെ വീടുകൾ ഭൂരിഭാഗവും മുളങ്കാലിലോ, മരക്കുറ്റികളിലോ താങ്ങി തറനിരപ്പിൽനിന്നും ഉയർത്തി നി

ർത്തി ഉണ്ടാക്കുന്നവയാണ്. സമനിരപ്പല്ലാത്ത കുന്നിൻചെരിവുകളിലാണ് ഇത്തരം വീടുകൾ എന്നുള്ളതാണ് പ്രധാന കാരണം. ഇടക്കിടെ വന്നു പോകാറുള്ള ഭൂമി കുലുക്കത്തെ കുറിച്ചുള്ള ഭയമാണ് മറ്റൊന്ന്. അത്തരമൊരു wooden cottage ആണ് ഞങ്ങളുടെ വാസസ്ഥലവും. അതിന്റ പിൻഭാഗത്തായി പലകകൾ ഉറപ്പിച്ച മരക്കുറ്റികളുടെ അല്പം ഭാഗം പുറത്തേക്ക് തള്ളി നില്പുണ്ടായിരുന്നു. വർഷങ്ങളായി ശ്രദ്ധിക്കപ്പെടാതെ, ഉപയോഗശൂന്യമായിക്കിടന്ന ആ ഭാഗം പലകകൾ ഇട്ട് നിരപ്പാക്കുകയാണ്. ഉറക്കമുണർന്നെത്തിയ മകനും ഒപ്പംകൂടി. മൂത്താശാരിയും കുഞ്ഞാശാരിയും കൂടി തട്ടും മുട്ടും ആകെ ബഹളം. ഒടുവിൽ, നാലുമണി ചായയുണ്ടാക്കികൊണ്ടു നിന്ന എന്നെ, മകൻ വന്നുവിളിച്ചു.

അത്ഭുതം...!

ഉള്ള ഇത്തിരി സ്ഥലത്ത്, മഞ്ഞുമൂടിയ മലനിര കാഴ്ചകളിലേക്ക് മിഴികൾ തുറക്കുന്ന ഒരു കുട്ടിബാൽക്കണി..

വീതി നന്നേ കുറവായതിനാൽ കസേരയ്ക്ക് പുറമെ ഒരു മേശ കൂടി ഇടാനുള്ള ഇടമില്ല. അതിനാൽ കൈവരിക്ക് മുകളിലായി ഒരു പലക വെച്ച് എഴുത്തുമേശ കൂടി അറ്റാച്ച് ചെയ്തിരിക്കുന്നു.. 'ആൾവേസ് അറ്റ് യുവർ സർവീസ്' എന്ന ആംഗ്യത്തിൽ നിന്നുകൊണ്ട് ദൂരെ പേരാങ്ങിലേക്ക് കൈ ചൂണ്ടി.. കോടമഞ്ഞുമൂടിയ കുന്നുകളിൽ അപ്പോഴും മഴ പെയ്യുന്നുണ്ടായിരുന്നു..

''ഇനി സ്വസ്ഥമായിരുന്നു മഴ കാണാം. കഥയോ കവിതയോ എഴുതാം. സന്തോഷമായില്ലേ..?'' എന്ന ചോദ്യത്തിൽ മനസ്സ് നിറഞ്ഞു. മഴച്ചാറ്റൽ നനയാതെ, എപ്പോഴും എന്റെ മഴക്കാഴ്ചകളെ പാതിമറക്കുന്ന മേൽക്കൂരയുടെ തടസങ്ങളില്ലാതെ, തുറന്ന ആകാശത്തിലേക്ക് നോക്കി സ്വപ്നങ്ങൾ നെയ്യാൻ എനിക്ക് മാത്രമായൊരിടം..

''ഹോ.. നമിച്ചിരിക്കുന്നു സഖേ..!''

എന്റെ കുട്ടിക്കുറുമ്പുകൾ വകവെച്ചുതരുന്ന, എന്റെ കൊച്ചുകൊച്ചു സന്തോഷങ്ങളിലേക്കു ഹൃദയം തുറക്കുന്ന നിന്റെയീ കരുതലിനുമുന്നിൽ ഞാൻ വീണ്ടും തോറ്റിരിക്കുന്നു.

ഇവിടെയിരുന്നു കൊണ്ടാണ് ഇതെഴുതുന്നത്. രാത്രി ഭക്ഷണം കഴിഞ്ഞ് മക്കൾക്കും പ്രിയപ്പെട്ടവനുമൊപ്പം ഇവിടെ മഴ കണ്ടിരിക്കാൻ എന്തുസുഖം. നൈനിത്താളിലോ, ഡെഹ്റാഡൂണിലോ

മഞ്ഞുകാലയാത്രക്കുപോയതുപോലെ ഒരു ഫീൽ.

ദൂരെ കുന്നുകളിൽ മഴ പൊഴിയുന്നു.. കോടമഞ്ഞു മൂടിയ താഴ്വരയിലെ കൊച്ചുവീടുകളിൽ നിന്നുള്ള അന്തിവെളിച്ചം വളരെ മങ്ങിക്കാണാം. പുകപടലങ്ങൾപ്പോലെ കോടമഞ്ഞ് ഞങ്ങളെയും മൂടുകയാണ്. അതിലേക്ക് കൈകൾ വീശി അതിനെ കൈപ്പിടിയിൽ ഒതുക്കാൻ ശ്രമിക്കുന്നു മക്കൾ.

ഇത് എന്റെ സ്വർഗ്ഗം.

മഴ തോർന്നു. എന്നിട്ടും മരങ്ങൾ പെയ്തുകൊണ്ടിരുന്നു. ഇലച്ചാർത്തുകളിൽ അടരാൻ വെമ്പുന്ന ഹിമകണങ്ങൾ..! ഇലപ്പെയ്ത്തുകൾ.!

●

24. ഉത്തരാസ്വയംവരം

ടിവിയിൽ മഹാഭാരതം സീരിയൽ.

(പുരാണ കഥകളോടുള്ള എന്റെ പ്രണയം കാരണം മഹാഭാരതം മുടങ്ങാതെ കാണാറുണ്ട്). ഉത്തരാസ്വയംവരം നടക്കുകയാണ്. സുന്ദരിയായ ഒരു കിളുന്തു പെൺകുട്ടി - ഉത്തര - ഭാവി തനിക്കായി കരുതിവച്ചിരിക്കുന്നത് എന്തെന്നറിയാതെ സ്വയംവരപ്പന്തലിൽ സർവ്വാഭരണ വിഭൂഷിതയായി നിൽക്കുന്നു. സ്നേഹം വഴിയുന്ന മിഴികളും നാണം പൂത്ത വദനവുമായി അഭിമന്യുവിന്റെ കണ്ഠത്തിൽ വരണമാല്യം ചാർത്തുന്നു. കണ്ടിരിക്കേ, കേരളത്തെ മുഴുവൻ കരയിച്ച അതേ പേരിലുള്ള ഒരു പെൺകുട്ടിയെ ഓർമ്മ വന്നു.

വാസ്തവത്തിൽ, നമ്മുടെ നാട്ടിൽ ഓരോ പെൺകുട്ടിയും ജനിച്ചു വീഴുന്നത് ഇത്തരമൊരു അനിശ്ചിതത്വത്തിലേക്ക് തന്നെയാണ് എന്നാണ് തോന്നുന്നത്. തീർത്തും നിർബന്ധിതവും പ്രവചനാതീതവുമായ കൈവഴികളിലൂടെ ഒഴുകി തന്റെ ഭാഗധേയമായ ആഴിയിൽ അവൾ എത്തിച്ചേരുന്നു. അവിടെ താൻ സ്വീകരിക്കപ്പെടുമോ, പരിഗണിക്കപ്പെടുമോ, സ്നേഹിക്കപ്പെടുമോ എന്ന കണക്കില്ലാത്ത ആശങ്കകളുമായി.

ഉടൽ നിറയെ പണ്ടങ്ങളും കൈ നിറയെ പണവുമായാണ് ഇപ്പറഞ്ഞ പെൺകുട്ടി ഭർതൃഗൃഹത്തിലേക്ക് കയറിച്ചെന്നത്. എന്നിട്ടും സ്നേഹവും പരിരക്ഷയും വേണ്ടപ്പെട്ടവരിൽനിന്ന് ആ കുട്ടിക്ക് ലഭിച്ചില്ല. ആർത്തിമൂത്ത ഒരു വിഷപ്പാമ്പിന്റെ ദുരയ്ക്ക് ഭക്ഷണമായി ത്തീർന്നു അവൾ. അതിന് അവന് പിന്തുണയുമായി കൂടെ നിന്നത് സ്ത്രീകൾ തന്നെയായിരുന്നു. സ്വന്തം കുടുംബത്തിലുള്ളവരുടെ പ്രത്യക്ഷമോ പരോക്ഷമോ ആയ അറിവും സമ്മതവും കൂടാതെ ഒരു പുരുഷനും തന്റെ ഭാര്യയെ സ്ത്രീധനത്തിന്റെ പേരിൽ ഉപദ്രവിക്കാൻ കഴിയില്ല എന്നുള്ളതാണ് സത്യം. ഒരു കുരുന്നിന് അമ്മയെ

നഷ്ടപ്പെട്ടതും പ്രായമായ മാതാപിതാക്കൾക്ക് തീരാദു:ഖമുണ്ടായതുമാണ് ഈ കഥയുടെ ബാക്കിപത്രം.

ഈയടുത്ത് ഏതാണ്ട് സമാനമായ ഒരു സംഭവമാണ് കൊല്ലത്ത് നടന്നത്. സ്ത്രീധനത്തിന്റെയും പീഡനത്തിന്റെയും ഇരകളായി ഈ ലോകം വിട്ടു പോകേണ്ടിവന്ന ഹതഭാഗ്യരായ നാരീജനങ്ങളുടെ ശൃംഖലയിലേക്ക് ഒരു കണ്ണി കൂടി. തുമ്പപ്പൂ പോലൊരു പെൺകുട്ടി. ഭർതൃവീട്ടിലേക്ക് അവൾ ചെന്നുകയറിയത് വെറും കൈയോടെയല്ല. നൂറുപവൻ സ്വർണ്ണം, ഒരേക്കറിലധികം ഭൂമി, പത്തു ലക്ഷം വിലയുള്ള കാറ്, കൂടാതെ ഒരു ആയുർവേദ ഡോക്ടർ ബിരുദം. എന്നിട്ടും അവൾക്ക് രക്ഷയുണ്ടായില്ല. പൂ വിടർന്നതു പോലുള്ള മുഖം. ആ മുഖത്താണ് അവൻ ചവിട്ടിയത്..

ആ മൃദുലമേനിയാണ് അസംഖ്യം മുറിവുകൾ ഏറ്റുവാങ്ങിയത്. പ്രതിരോധിക്കാൻ അവൾ പഠിച്ചിരുന്നില്ല. പകരം എല്ലാം സഹിക്കാനാണ് ശീലിച്ചത്. പകരം നൽകേണ്ടി വന്നത് സ്വന്തം ജീവൻ. പാപത്തിനുള്ള ശമ്പളം മരണമാണ് എന്ന് നമ്മൾ സ്വയം വിശ്വസിക്കുകയും പറഞ്ഞു പഠിപ്പിക്കുകയും ചെയ്യുമ്പോൾ ആ കുട്ടി ചെയ്ത തെറ്റെന്താണ്? തെറ്റു ചെയ്തവർക്കുള്ള ശിക്ഷ എന്താണ്? ഇവിടെ തെറ്റു ചെയ്തവർ ആരൊക്കെ? തെറ്റും ശരിയും നിശ്ചയിക്കാനുള്ള മാനദണ്ഡം എന്താണ് ? തെറ്റു ചെയ്തവർ ഇനിയും ജീവിക്കും. മാന്യമായിത്തന്നെ. കാരണം നമ്മുടെ സാമൂഹ്യനീതി അങ്ങനെയൊക്കെയാണ്.

സ്ത്രീധനം നമ്മുടെ നാട്ടിൽ നിയമവിരുദ്ധമാണ്. എന്നാൽ ഈ നിയമത്തെ മാനിക്കുന്നവർ എത്ര പേരുണ്ട്? ഇപ്പറയുന്ന ഞാനടക്കം ആരും ഇതിനതീതരല്ല. നമ്മളെല്ലാം തന്നെ കൊടുക്കുകയും വാങ്ങുകയും ചെയ്യുന്നവരാണ്. സ്ത്രീധനം കൊടുക്കാനില്ലെങ്കിൽ പെൺകുട്ടികൾ വിവാഹപ്രായം കഴിഞ്ഞും വീട്ടിൽത്തന്നെ കഴിഞ്ഞുകൂടേണ്ടി വരുന്നു. അതുകൊണ്ട് തന്നെ മാതാപിതാക്കൾക്ക് പെൺമക്കൾ ജനിക്കുമ്പോൾ മുതൽ ബാധ്യതയാണ്. ആ ബാധ്യത ഒഴിവാക്കാനായി കടം വാങ്ങിയും ലോണെടുത്തും വിറ്റുപെറുക്കിയും വല്ല വിധേനയും വിവാഹം നടത്തി അയയ്ക്കുന്നു. അതുകൊണ്ടും തീരുന്നില്ല. പ്രസവവും ശുശ്രൂഷയും കുഞ്ഞിനുള്ള ആഭരണങ്ങളുമായി പിന്നെയും ചെലവുകൾ വേറെ. ഒന്നിലധികം പെൺകുട്ടികളുണ്ടായാൽ ഈ ചെലവുകളെല്ലാം തുടർക്കഥയാ

വുകയും ഒരു സാധാരണ കുടുംബത്തിന്റെ നട്ടെല്ലൊടിക്കുകയും ചെയ്യുന്നു. ഇത്രയൊക്കെ ചെയ്തു കെട്ടിച്ചയച്ചാലും കയറിച്ചെല്ലുന്ന വീട്ടിൽ അവർക്ക് വീണ്ടും കണ്ണീരെങ്കിൽ പിന്നെന്തു ഫലം.?

സ്ത്രീകൾ പൊതുവിൽ പീഡനം നേരിടുന്നത് രണ്ടു വിധത്തിലാണ്. പ്രധാനമായി എതിർ ലിംഗത്തിൽപ്പെട്ട പുരുഷന്മാരിൽനിന്ന്. കൂടാതെ സ്വവർഗ്ഗത്തിൽപ്പെട്ട സ്ത്രീകളിൽനിന്ന്. ഭൗതികാവശ്യങ്ങൾക്കായി പുരുഷൻ സ്ത്രീയെ പ്രായഭേദമില്ലാതെ ചൂഷണം ചെയ്യുമ്പോൾ അത്യാഗ്രഹവും ചിലപ്പോഴൊക്കെ അസൂയയുമാണ് സ്ത്രീയെ ഇത്തരം കടുംകൈ ചെയ്യാൻ പ്രേരിപ്പിക്കുന്നത്.

സ്ത്രീ അപമാനിക്കപ്പെടുന്നതിന്റെ നാണംകെട്ട കഥകൾ അന്തമില്ലാതെ നീളുകയാണ് നമ്മുടെ നാട്ടിൽ. നിഷ്കളങ്കരായ പെൺകുട്ടികൾ നിഷ്ഠുരമായി പീഡിപ്പിക്കപ്പെടുന്നു. കൊല ചെയ്യപ്പെടുന്നു. ഇതിനൊരവസാനമില്ലേ. നിർഭയയും ആസിഫയും സൗമ്യയും പ്രിയങ്കയും. നാടിനെ പിടിച്ചു കുലുക്കിയ കൊലപാതക പരമ്പരയിലെ അടുത്ത ഇര ഏതു നിർഭാഗ്യയാവും..? വെളിപ്പെടുന്ന കഥകൾ വിരലിലെണ്ണാവുന്ന മാത്രമാണ്. അറിയപ്പെടാതെ പോകുന്നവ നൂറു കണക്കിനുണ്ടാവും. ഇന്ത്യയിൽ ഓരോ പതിനാറു മിനുട്ടിലും ഒരു സ്ത്രീ പീഡിപ്പിക്കപ്പെടുന്നു എന്നാണ് കണക്ക്. പ്രായഭേദമെന്യേ നമ്മുടെ നാട്ടിൽ സ്ത്രീകൾ ക്രൂരതയ്ക്കിരയാവുകയാണ്. അമ്മയുടെ ചൂടുപറ്റി കിടന്നുറങ്ങുന്ന പിഞ്ചു കുഞ്ഞുങ്ങൾ മുതൽ എഴുപത്തി അഞ്ചു വയസ്സുള്ള വൃദ്ധമാതാക്കൾ വരെ.. സ്ത്രീയുടെ വസ്ത്രധാരണ ശൈലി പുരുഷനെ പ്രകോപിപ്പിക്കുന്നു എന്നുള്ള ചില വാദങ്ങൾ കേൾക്കാറുണ്ട്. അതെത്രത്തോളം ശരിയാണ്? മൂന്നു വയസ്സുള്ള ഒരു കുഞ്ഞിനും, എഴുപത് വയസ്സുള്ള ഒരു മുത്തശ്ശിക്കും ഏതു തരം വസ്ത്രധാരണത്തിലൂടെയാണ് പുരുഷന്റെ മനസ്സിളക്കാനാവുക.? അത്തരക്കാരും പീഡിപ്പിക്കപ്പെടുന്നില്ലേ.. ഇത്തരം ക്രൂരത ചെയ്യുന്നവർ വേണ്ടവിധം ശിക്ഷിക്കപ്പെടുന്നില്ല എന്നതാണ് ഏറ്റവും ദുഃഖകരമായ വസ്തുത. നിർഭയ കേസിലൊഴികെ, മറ്റു പ്രതികൾക്ക് അർഹിക്കുന്ന ശിക്ഷ ലഭിച്ചിരുന്നുവോ. ഈ കേസിൽ തന്നെ പ്രതിയായ ഒരാൾ സൗത്ത് ഇന്ത്യയിലെ ഹോട്ടലുകളൊന്നിൽ ജോലി ചെയ്യുന്നു എന്ന് പത്ര വാർത്തകളിൽ കണ്ടതായി ഓർക്കുന്നു. ആ കുട്ടിയോട് ഏറ്റവുമധികം ക്രൂരത കാട്ടിയത് അന്ന് മൈനറായിരുന്ന ഇവനായിരുന്നുവത്രെ. തെറ്റു ചെയ്യുന്നവൻ ആരായാലും അവയവം ഛേദിച്ചു കളയുന്ന കാടൻ നിയമം വരണം നമ്മുടെ നാട്ടിലും. ഇത്തരം പ്രവൃത്തി ചെയ്യുന്നവരെ നിയമത്തിനും കോടതിക്കും ഏൽപ്പിച്ചു കൊടുക്കാതെ സ്വന്തമായി കൈകാര്യം ചെയ്യുന്നവരാണ് അരുണാചൽ ഗിരിവർഗ്ഗക്കാർ. ഈയടുത്ത കാലത്ത് പോലും അത്തരം നിരവധി സംഭവങ്ങൾ ഉണ്ടായിട്ടുണ്ട്. രണ്ടാം ക്ലാസ്സിൽ പഠിക്കുന്ന ഒരു കുട്ടിയെ ഉപദ്രവിച്ചതിന്റെ പേരിൽ മണിപ്പൂരിൽ നിന്നുള്ള ഒരു അദ്ധ്യാപകനെ പിറന്ന പടിക്ക്, കൊട്ടും പാട്ടുമായി തെരുവിലൂടെ നടത്തിച്ചതിന്റെ ദൃശ്യങ്ങൾ സോഷ്യൽ മീഡിയ കൊണ്ടാടിയിട്ട് അധികകാലമായിട്ടില്ല. ഇതൊക്കെ

ക്കൊണ്ടുതന്നെയാവും ഇവിടെ പീഡനങ്ങൾ വളരെ കുറവ്.

പണ്ടെന്നോ വായിച്ച ഒരു കഥ ഓർമ്മ വരുന്നു. ആദിയിൽ സ്ത്രീയും പുരുഷനും ഒന്നായിരുന്നുവത്രേ. ഒരേ ശരീരം.. ഒരേ ആത്മാവ്. ആനന്ദത്തിന്റെ പരകോടിയിൽ അവർ സുഖിച്ചുവാണു. അവരുടെ അളവറ്റ ആനന്ദം കണ്ട് അസൂയ പൂണ്ട ദേവന്മാർ ആകാശത്തിൽ നിന്നും ഒരു ഇടിമിന്നൽ അയച്ച് സ്ത്രീയെയും പുരുഷനെയും വേർപെടുത്തിക്കളഞ്ഞു. ദുഃഖാർത്തനായ പുരുഷൻ അന്നു മുതൽ തന്നിൽ നിന്നും വേർപെട്ടുപോയ അവന്റെ നല്ല പാതിയെ അന്വേഷിച്ചലയുകയാണ്. അവളെ കണ്ടു മുട്ടുന്നതുവരെ ആ അന്വേഷണം തുടരുന്നു. ഒടുവിൽ അന്വേഷിച്ചലഞ്ഞു കണ്ടെത്തുന്നു, സ്വന്തമാക്കുന്നു. അവന്റ ജീവിതം പൂർണ്ണതയിലെത്തുന്നു. ഇതുപോലെ സ്വന്തം ഇണയെ ഓരോരുത്തരും കണ്ടെത്തട്ടെ, സ്വന്തമാക്കട്ടെ, എങ്കിൽ എത്ര നന്നായിരുന്നു.

സ്വന്തം ആൺമക്കളെ നല്ലത് പറഞ്ഞുകൊടുത്തു വളർത്താൻ ഓരോ മാതാപിതാക്കൾക്കും കഴിയണം. സ്ത്രീയെ ബഹുമാനിക്കേണ്ടതെങ്ങനെയെന്ന് ഓരോ ആൺകുഞ്ഞും പഠിച്ചിരിക്കേണ്ടത് തന്റെ കുടുംബത്തിൽനിന്നു തന്നെയാണ്. അച്ഛൻ അമ്മയോട് സ്നേഹത്തോടും ആദരവോടും കൂടി പെരുമാറുന്നുവെങ്കിൽ അവരുടെ മകനും സ്ത്രീയെ ബഹുമാനിക്കാൻ പഠിക്കും എന്ന കാര്യത്തിൽ തർക്കമില്ല. മറിച്ച്, ഭാര്യയെ തന്നിലും തരംതാഴ്ന്നവളായും അടിമയായും ആണ് ഭർത്താവ് കാണുന്നതെങ്കിൽ ആ ദമ്പതികളുടെ വളർന്നുവരുന്ന ആൺമക്കൾ ആ പോളിസി തന്നെ തുടരുമെന്നതിൽ സംശയമെന്ത്..? മക്കളെ നല്ലത് പറഞ്ഞു കൊടുത്തു വളർത്തുന്നതിൽ അമ്മമാർക്ക് വലിയ പങ്കുണ്ട്. സ്ത്രീകൾ പരസ്പരം ബഹുമാനിക്കുകയാണ് ഇതിൽ പ്രധാനം. സൗന്ദര്യത്തിന്റെയും സമ്പത്തിന്റെയും അളവുകോലുകൾ മാറ്റിവെച്ച് അസൂയയെ പടിക്കു പുറത്തു നിർത്താൻ സ്ത്രീകൾക്ക് കഴിയണം.

സ്ത്രീപുരുഷ വിവേചനത്തിന്റെ ആദ്യ പാഠങ്ങൾ കുഞ്ഞുങ്ങൾ പഠിക്കുന്നത് സ്വന്തം കുടുംബത്തിൽനിന്നു തന്നെയാണ്. അടക്കൊതുക്കത്തിന്റെയും അരുതുകളുടെയും ചട്ടക്കൂടുകളിലിട്ട് പെൺകുഞ്ഞിനെ വളർത്തിയെടുക്കുന്ന നമ്മൾ, 'അവൻ ഒരാൺകുട്ടിയല്ലേ' എന്ന് മകന്റെ തെറ്റുകൾക്ക് നേരെ കണ്ണടയ്ക്കുന്നു. അതിരാവിലെ ഉറക്കമുണർന്നു വരുന്ന മകളോട്, 'പോയി മുറ്റമടിക്കെടീ' എന്ന്

ഗർജ്ജിക്കുന്ന നമ്മൾ, ആൺകുഞ്ഞുങ്ങൾ വെറുതെ ചൂലൊന്നെടുത്താൽ 'അയ്യോ, അരുതേ, ആണത്തം പോവും' എന്ന് നിലവിളിക്കുന്നു. വീട്ടിലൊരു മീൻകറി വെച്ചാൽ, കോഴിക്കറി വെച്ചാൽ, ഏറ്റവും മുഴുത്ത കഷണം അപ്പന്റെയും ആൺമക്കളുടെയും പാത്രത്തിൽ 'അറിയാതെ' വന്നു വീഴുന്ന സമ്പ്രദായം ഇന്നും ഇടത്തരം കുടുംബങ്ങളിൽ നിലവിലില്ലേ? ഇത്തരം വിവേചനങ്ങൾ കണ്ടും അനുഭവിച്ചും വളരുന്ന കുഞ്ഞുങ്ങളിൽ അത്തരം മനോവിചാരങ്ങൾ സ്വമേധയാ രൂപപ്പെടുന്നു. പെണ്ണ്, താൻ താഴ്ന്നവളെന്നും, പുരുഷൻ, താൻ അവളിലും ഉയർന്നവനെന്നും സ്വയം തീരുമാനിക്കുന്നു. മുതിരുംതോറും ഈ മനോഗതിക്ക് ആക്കം കൂടുകയും അവർ അങ്ങനെത്തന്നെ ആയിത്തീരുകയും ചെയ്യുന്നു. നമ്മുടെ മക്കൾ ആൺ-പെൺ ഭേദമില്ലാതെ തുല്യരായി, ധൈര്യമുള്ളവരായി വളരട്ടെ. അങ്ങനെ നമുക്ക് അവരെ നല്ല ഭാവിക്കായി ഒരുക്കാം. വിലക്കുകൾ പെണ്ണിന് മാത്രമുള്ളതല്ല. അരുതുകൾക്കും വേണം ചില അതിരുകൾ. അവൾ ഓടട്ടെ, ചാടട്ടെ, മരം കയറട്ടെ.. ഒന്നും സംഭവിക്കുകയില്ല. പെൺകുട്ടികളെ സഹജീവികളായും നല്ല സുഹൃത്തുക്കളായും കാണാൻ, കരുതാൻ ആൺകുട്ടികൾ പഠിക്കേണ്ടത് അത്യാവശ്യമാണ്. അവരെ അത് പഠിപ്പിക്കേണ്ടത് നമ്മൾ തന്നെയാണ്. സംശയമില്ല..

സ്വയംവര ചടങ്ങുകൾ തുടരുകയാണ്. ഉത്തരീയങ്ങൾ ഒന്നിനോടൊന്ന് ചേർത്തുബന്ധിച്ച്, പതിക്കു പിന്നാലെ അഗ്നിപ്രദക്ഷിണം ചെയ്യുകയാണ് ഉത്തര. അഗ്നി അവളെ ശുദ്ധീകരിക്കട്ടെ. മനസ്സും ശരീരവും പവിത്രമാവട്ടെ. ഉയരുന്ന തീനാമ്പുകൾപോലെ അവൾ കരുത്തുള്ളവളാകട്ടെ. ഓരോ പെൺകുട്ടിയും അഗ്നിയിൽ നിന്ന് ജന്മമെടുക്കട്ടെ. അരുതാത്ത മോഹവുമായി അടുത്തെത്തുവനെ എരിയിച്ചുകളയാൻ അവൾ തീജ്വാലകളെ ചേലയായ് അണിയട്ടെ.

ആശംസകൾ..!

●

25. അവൾ കഥയെഴുതുകയാണ്

വീട്ടിൽ വലിയ ബഹളം നടക്കുകയാണ്. മകൾ കഥയെഴുതിയിരിക്കുന്നു...! അതും കേവലം എട്ടാം ക്ലാസ്സിൽ പഠിക്കുന്ന കുട്ടി..!

''ഇതിനാണോ നീ സ്കൂളിൽ പോകുന്നത്?'' അമ്മയ്ക്ക് സങ്കടം സഹിക്കാൻ വയ്യ. അപരാധിയെപ്പോലെ ഞാൻ തല കുനിച്ചുനിന്നു.

ആ നിൽപ്പിൽ ഏട്ടനെ ഞാനൊന്ന് പാളി നോക്കി. മുഖം നിറഞ്ഞ ചിരിയോടെ അടക്കാനാവാത്ത സന്തോഷത്തോടെ നിൽക്കുകയാണ്. മനസ്സിൽ തോന്നിയതെന്തൊക്കെയോ കുത്തിക്കുറിച്ച്, ആരെയും കാണിക്കാതെ ഞാൻ ഒളിപ്പിച്ച് വച്ചിരുന്ന പഴയ മലയാളം നോട്ടുബുക്ക് തപ്പിയെടുത്ത് വെളിച്ചപ്പെടുത്തിയിരിക്കുന്നു നിഷ്ഠൂരഹൃദയൻ..! ബുക്ക് ഞാൻ തട്ടിപ്പറിച്ചെടുക്കാതിരിക്കാനായി വലതു കൈ ആവോളം മുകളിലേക്കുയർത്തി 'സ്റ്റാച്യു ഓഫ് ലിബർട്ടി' പോലെ നിൽക്കുകയാണ്. ചേച്ചിയുടെ മുഖത്തും കാണാനുണ്ട് ആനന്ദത്തിന്റെ വേലിയേറ്റം. ഇടയ്ക്കിടെ ഞങ്ങൾ വഴക്കുകൂടാറുണ്ടല്ലോ. അപ്പോൾ ഞാൻ അവൾക്കു കൊടുക്കുന്ന അടിയെല്ലാം ഇപ്പോൾ എനിക്ക് തിരിച്ചുകിട്ടുമെന്ന പ്രതീക്ഷയോടെ നോക്കി നിൽക്കുകയാണ്.

''നീ കഥയെഴുതിയോ..?'' അപ്പച്ചൻ ചോദിക്കുന്നു.

''അത് കഥയൊന്നുമല്ല. ഞാൻ വെറുതെ എഴുതീതാ..''

''കഥയല്ലേ, പിന്നെ ഇതെന്താ..?'' കൈയിലുള്ള ബുക്കിലേക്ക് നോക്കി ഏട്ടൻ പ്രത്യേക താളത്തിൽ രണ്ടു വരി വായിച്ചു. അതു കേട്ട് എല്ലാവരും അട്ടഹസിച്ച് ചിരിച്ചു.

''പരീക്ഷ കഴിഞ്ഞ പേപ്പറൊക്കെ കിട്ടിയോ.?'' അപ്പച്ചൻ വീണ്ടും.

''കിട്ടി''

കഥയും പരീക്ഷയും തമ്മിലെന്ത് ബന്ധം? എനിക്ക് മനസ്സിലായില്ല.

‘‘കണക്കിനെത്രയാ മാർക്ക്?’’

ഓഹോ ..! എന്റെ വീക്നസ്സിൽ തന്നെ കയറിപ്പിടിച്ചിരിക്കുന്നു. അപമാനിക്കാനുള്ള ശ്രമമാണ്.

‘‘ഇരുപത്തഞ്ച്’’

‘‘എത്രയിലാ..?’’

‘‘അൻപതില്’’

എന്റെ തല ഒന്നുകൂടി താണു.

‘‘കണ്ടോ..?’’

അപ്പച്ചൻ വിജയഭാവത്തിൽ എല്ലാവരെയും നോക്കുന്നു. ചുറ്റുമുള്ള മിഴികളിൽ പുച്ഛം. കണക്ക് പരീക്ഷയുള്ള ദിവസങ്ങളിൽ സ്ഥിരമായി വയറു വേദന വരാറുള്ള ചേച്ചിയുടെ മുഖത്ത് സഹതാപം.

പറഞ്ഞിട്ട് കാര്യമില്ല. ചാക്കോ മാഷാണ് ഇതിനെല്ലാം കാരണം. ഭൂഗോളത്തിന്റെ സ്പന്ദനം തന്നെ കണക്കിലാണെന്ന ആപ്തവാക്യം മലയാളികളുടെ തലയ്ക്കുള്ളിൽ അടിച്ചുകയറ്റി വച്ചിരിക്കയല്ലേ.

‘‘ഇംഗ്ലീഷിനോ?’’

‘‘മുപ്പത്തേഴ്’’

പ്രശംസിക്കപ്പെടുമെന്ന പ്രതീക്ഷയിൽ പ്രത്യാശയോടെ ഞാൻ നിന്നു. ആരുടെയും മുഖത്ത് യാതൊരു ഭാവഭേദവുമില്ല.

‘‘മലയാളത്തിന് നിക്ക് നല്ല മാർക്കുണ്ട്. നാല്പത്തെട്ട്.’’ ഞാൻ പറഞ്ഞു.

‘‘മലയാളം ബീ യ്ക്ക് ഫുള്ളും.’’

‘‘മലയാളത്തിന്റെ കാര്യം ഇവിടാരെങ്കിലും ചോദിച്ചോ..?’’

ഇല്ല. മലയാളത്തിന്റെ കാര്യം മിണ്ടാൻപാടില്ല. ഇവിടെയുള്ളവരെല്ലാം ഇംഗ്ലണ്ടിൽ നിന്ന് കുടിയേറിപ്പാർത്ത സായ്പുമാരാണല്ലോ.

തുടർന്ന് എന്റെ പാവം നോട്ട്ബുക്ക് എല്ലാവർക്കും മുൻപാകെ നിഷ്കരുണം പ്രദർശിപ്പിക്കപ്പെട്ടു. ഏവർക്കും ഓർത്തോർത്ത് ചിരിക്കാൻ നല്ലൊരു വകയും കിട്ടി. ഇനി മേലാൽ കഥയെഴുതിപ്പോകരുത് എന്ന കർശന നിർദ്ദേശത്തോടുകൂടി ആ എപ്പിസോഡ് അവിടെ അവസാനിച്ചു.

അക്ഷരങ്ങളുടെ ലോകത്ത് പാറിപ്പറക്കാൻ കൊതിച്ച, സാഹിത്യ നഭസ്സിലെ ഒരു മിന്നും താരമാകാൻ കൊതിച്ച ഒരു കുരുന്നു ഹൃദയമാണ് സാഹിത്യവാസന തൊട്ടു തീണ്ടിയിട്ടില്ലാത്ത കുറെ കശ്മല ഹൃദയർ അന്ന് അവിടെ തകർത്തെറിഞ്ഞത്..! അതിനുശേഷം എത്രയോ വർഷങ്ങൾ ആ ഒരു കഥയുടെ പേരും പറഞ്ഞ് ഞാൻ അപമാനിക്കപ്പെട്ടു.

അങ്ങനെ കഥയെഴുത്തിനെ ഞാൻ കഠിനമായി വെറുത്തു. തുടർന്നുള്ള ചില വർഷങ്ങളിൽ കഥയെഴുത്ത് എന്ന് കേട്ടാൽ സ്വപ്നത്തിൽപ്പോലും ഞാൻ ഞെട്ടിവിറച്ചു. പുറത്തുചാടാൻ വെമ്പിയ എന്റെ സാഹിത്യമോഹങ്ങളെ ഉള്ളിൽ തന്നെ താഴിട്ട് പൂട്ടി. എങ്കിലും വായന നിർത്തിയില്ല. പാഠപുസ്തകങ്ങൾ ഒഴിച്ചുള്ള (മംഗളത്തിനും മനോരമയ്ക്കും ചില ഇളവുകൾ കിട്ടിയിരുന്നു.) മറ്റു പുസ്തകങ്ങൾ വായിക്കുന്നത് ഒരാവശ്യകതയായി അക്കാലത്ത് കണക്കാക്കപ്പെട്ടിരുന്നില്ല. വായനയ്ക്കും വിലക്കുകളുണ്ടായിരുന്നതിനാൽ പാഠപുസ്തകങ്ങൾക്കിടയിൽ ഒളിപ്പിച്ചു വെച്ചാണ് അക്കാലത്ത് കുട്ട്യേടത്തിയും ഒരു സങ്കീർത്തനവും ഡ്രാക്കുളയും ഞാൻ വായിച്ചു തീർത്തത്. പത്താം ക്ലാസ് കഴിഞ്ഞു. പ്രീഡിഗ്രി കഴിഞ്ഞു. ഈ സമയത്തൊന്നും കഥയോ കവിതയോ എന്റെ അടുത്തുകൂടി പോലും പോയില്ല.

ഡിഗ്രിക്ക് ഇംഗ്ലീഷ് ലിറ്ററേച്ചർ പഠിക്കണമെന്ന് വലിയ മോഹമായിരുന്നു. അത് സാധിച്ചപ്പോൾ ഉള്ളിൽ ഞെങ്ങിഞ്ഞെരുങ്ങി കഴിഞ്ഞിരുന്ന സാഹിത്യവാസനകൾ അണപൊട്ടിയൊഴുകി. അതുമിതുമൊക്കെ കുത്തിക്കുറിക്കാൻ തുടങ്ങി. ഷേക്സ്പിയറും ഷെല്ലിയുമൊന്നും വീട്ടിലാരും തൊട്ടു നോക്കുകയില്ല എന്ന ധൈര്യത്തിൽ അവയുടെ കനത്ത താളുകൾക്കുള്ളിൽ എന്റെ സാഹിത്യക്കുഞ്ഞുങ്ങൾ മാനം കാണാമയിൽപ്പീലിയായി തപസ് ചെയ്യാൻ തുടങ്ങി. കഥയല്ല കേട്ടോ; കവിതകൾ . കഥയെന്ന് കേട്ടാൽ എനിക്കിപ്പോഴും പേടിയാണ്. ആയിടയ്ക്ക് മഴയെക്കുറിച്ച് ഒരു കവിതയെഴുതി. ഇംഗ്ലീഷിൽ ഞാനെഴുതിയ ആദ്യത്തെ കവിത. വെട്ടിയും തിരുത്തിയും വീണ്ടുമെഴുതിയും ഒരു വിധം കൊള്ളാമെന്നു തോന്നിയപ്പോൾ ഒരാഗ്രഹം. എങ്ങനെയെങ്കിലും ആ രചന വീട്ടിലൊന്ന് അവതരിപ്പിക്കണം. അതിനൊരു മാർഗ്ഗവും കണ്ടുപിടിച്ചു.

മണിച്ചിത്രത്താഴ് റിലീസായ കാലമാണ്. സിനിമ കണ്ടതിന്റെ ഹാങ് ഓവറിൽ ഫീലിംഗ് ആയി നടക്കുകയാണ് ചേച്ചി. ഗംഗയുടെ മൗന നൊമ്പരങ്ങൾ ഉള്ളിലേറ്റി, കൈകൾ പിന്നിൽ കോർത്ത്, വരുവാനില്ലാരും എന്ന് പാടിക്കൊണ്ട് വരാന്തയിലൂടെ അങ്ങോട്ടുമിങ്ങോട്ടും ഉലാത്തുകയാണ്. കുറച്ചു ബുക്കുകളുമായി ഞാൻ വരാന്തയിൽ ചെന്നിരുന്നു. പ്രിയ എഴുത്തുകാരുടെ കവിതകൾ ഒരു നോട്ട്ബുക്കിൽ കുറിച്ചിടുന്ന പതിവുണ്ടായിരുന്നു എനിക്കന്ന്. എന്റെ മഴക്കവിതയും അതിലേക്ക് പകർത്തിയെഴുതിയിരുന്നു. വളരെ ഗൗരവത്തിൽ ആ വരികൾ ഉറക്കെ വായിക്കാൻ തുടങ്ങി. ചേച്ചി ശ്രദ്ധിക്കുന്നുണ്ട് എന്ന് കണ്ടപ്പോൾ തലയുയർത്തിയിട്ട് പറഞ്ഞു.

''ജോൺ കീറ്റ്സിന്റെ കവിതയാണ്.''

ചേച്ചി താല്പര്യത്തോടെ അടുത്തുവന്ന് ബുക്ക് വാങ്ങി വായിച്ചു നോക്കി. എന്നിട്ട് പറഞ്ഞു.

''കൊള്ളാം, നല്ല കവിത.''

എനിക്ക് രോമാഞ്ചമുണ്ടായി. ആവേശത്തള്ളലിൽ ഞാൻ സത്യം പറഞ്ഞു പോയി.

''ഇത് ഞാനെഴുതീതാ..''

ചേച്ചി അന്തം വിട്ടു. പക്ഷെ ചമ്മൽ പുറത്തു കാണിച്ചില്ല.

''ങ്ഹും പിന്നേ..''

ഗംഗാ നകുലന്റെ ശാലീനഭാവം വെടിഞ്ഞ് ചേച്ചി നാഗവല്ലി യായി.

''നീ കുറെ എഴുതും ഇങ്ങനെ.''

വരുവാനില്ലാരും എന്ന് പാടിക്കൊണ്ടിരുന്ന ആൾ ഒരു മുറൈ വന്ത് പാർത്തായാ എന്ന് പാടി വെട്ടിത്തിരിഞ്ഞ് അകത്തേക്ക് പോയി.

പക്ഷെ, എനിക്ക് ചേച്ചിയോട് ഒട്ടും ദേഷ്യം തോന്നിയില്ല. പകരം, സ്നേഹം തോന്നി. ഒടുവിൽ എന്റെ സാഹിത്യവാസന പ്രിയപ്പെ ട്ടവരാൽ അംഗീകരിക്കപ്പെട്ടു തുടങ്ങിയിരിക്കുന്നു.

ഡിഗ്രി കഴിഞ്ഞ് അദ്ധ്യാപികയായി ഞാൻ അരുണാചലിൽ എത്തി. പ്രകൃതിഭംഗിയുടെ അളവറ്റ നിധിയാണ് സിറോ എന്ന കൊച്ചു താഴ്‌വര എനിക്ക് മുന്നിൽ തുറന്നിട്ടത്. എമ്പാടും നീലമല കൾ, ഹരിതാഭയാർന്ന പുൽമേടുകൾ, പൈൻ മരങ്ങൾ കാറ്റിലുല യുന്ന താഴ്‌വരകൾ, നെറുകയിൽ പൂക്കൂടയേന്തി നിൽക്കുന്ന പീച്ച് മരങ്ങൾ... എഴുതാതിരിക്കുന്നതെങ്ങനെ..? എഴുത്തിന്റെ അസ്കിത വീണ്ടും തുടങ്ങിയെങ്കിലും എല്ലാം പരമ രഹസ്യമായിരുന്നു. ചൂടു വെള്ളത്തിൽ വീണ പൂച്ചയായിരുന്നു ഞാൻ. എന്റെ സാഹിത്യ സപര്യയെ വെളിച്ചം കാണിക്കാനുള്ള ധൈര്യം പണ്ടേ നഷ്ടപ്പെട്ടു കഴിഞ്ഞിരുന്നു. പിന്നീട് സോഷ്യൽ മീഡിയയിൽ എഴുതിത്തുട ങ്ങിയപ്പോഴും ആർക്കും തിരിച്ചറിയാനാവാത്ത ഒരു മറുപേരിനു പി ന്നിൽ മറഞ്ഞിരുന്നതും ഇതേ കാരണത്താൽ തന്നെയായിരുന്നു.

ആയിടക്കാണ് നാട്ടിലെ ഇടവകപ്പള്ളി പുതുക്കിപ്പണിതത് പള്ളിക്കൂദാശക്കൊപ്പം ഒരു സുവനീർ കൂടി പുറത്തിറക്കുന്നുണ്ടാ യിരുന്നു. അതിലേക്ക് ഒരു കവിത എഴുതിക്കൊടുക്കാൻ എന്നോടാ വശ്യപ്പെട്ടത് അമ്മയാണ്. പണ്ട് കഥയെഴുതിയതിന്റെ പേരിൽ വീ

ട്ടിലുണ്ടായ കോലാഹലങ്ങൾ ഞാനോർത്തു. എന്നാൽ അതെല്ലാം മനസ്സിൽവച്ച് പകരം വീട്ടാനൊന്നും മുതിർന്നില്ല. പണ്ടേ വിനയാന്വിതയാണല്ലോ ഞാൻ . വേഗം തന്നെ ഒരു കവിത എഴുതി അയച്ചു കൊടുത്തു. എന്റെ ഒരു ചിത്രത്തോട് കൂടി സുവനീറിൽ അത് പ്രസിദ്ധീകരിച്ചു. അച്ചടിമഷി പുരണ്ട എന്റെ ആദ്യ രചന. ആ ബുക്ക് വീട്ടിലത്തിയ ദിവസം മുഴുവൻ എന്റെ വരികൾ ഏട്ടൻ മൂളിക്കൊണ്ടു നടന്നു. പണ്ട് എന്റെ നോട്ട്ബുക്ക് ഉയർത്തിപ്പിടിച്ച് സ്റ്റാച്യു ആയി നിന്ന ആൾ.

ആദ്യ കവിതാ സമാഹാരം വെളിച്ചം കണ്ടപ്പോൾ അത് കൈയിലെടുത്ത് അഭിമാനത്തോടെ ചിരിച്ച അപ്പച്ചൻ... കണ്ണട തപ്പിയെടുത്ത് കവിതകൾ ഓരോന്നായി ഈണത്തിൽ പാടിയ അമ്മ

എതിർപ്പുകൾ ഏറെയുണ്ടായിരുന്നിട്ടും പ്രോത്സാഹിപ്പിക്കാൻ ആരുമില്ലാതിരുന്നിട്ടും ഞാൻ പിന്നെയും എഴുതുന്നത് എന്തുകൊണ്ടായിരിക്കും..?

അറിയില്ല..

ചില ചോദ്യങ്ങൾ ഉത്തരമില്ലാത്തവയാണല്ലോ. ജാലകത്തിനപ്പുറം പെയ്യുന്ന മഴ നോക്കിയിരിക്കെ, അടർന്നുവീഴുന്ന മഴത്തുള്ളികൾ അക്ഷരമുത്തുകളാണെന്ന് തോന്നി. മനസ്സിൽ പണ്ടെഴുതിയ ചില മഴവരികൾ...

തോരാതെ പെയ്യുന്ന ഹർഷമായ് നീയെന്റെ
ഇറയത്തു തുള്ളിത്തുളുമ്പി നിൽപ്പൂ..!

●

www.ingramcontent.com/pod-product-compliance
Lightning Source LLC
LaVergne TN
LVHW060121051026
849517LV00007B/2361
* 9 7 8 9 3 9 0 9 9 9 4 0 8 *